ઈશ ઉપનિષદ

આ ઉપનિષદમાં
અઢાર શ્લોક આવેલા છે.

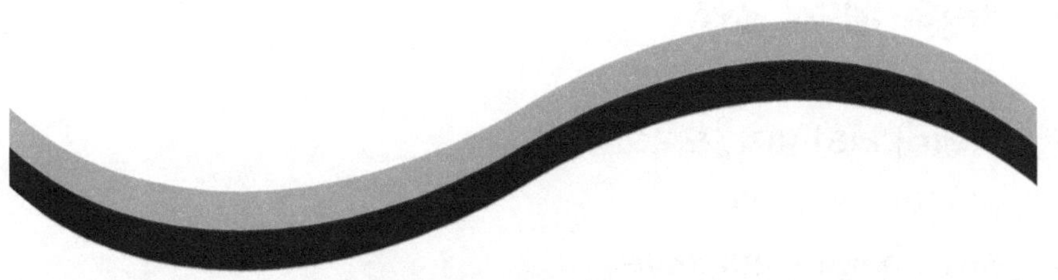

- પરમાત્મા (બ્રહ્મતત્ત્વની વ્યાપકતા)
- આધ્યાત્મિક જીવનશૈલી અને તેવું જીવન જીવનારની સ્થિતિ
- કર્મનું વિવેચન
- અસુરનું વર્ણન
- પરમાત્માનું સ્વરૂપ
- તત્ત્વજ્ઞાનના ફળનું નિરૂપણ
- વિદ્યા-અવિદ્યાનું વર્ણન
- સંભૂતિ-અસંભૂતિનું વર્ણન
- મૃત્યુ સમયે મનુષ્યની પ્રભુને પ્રાર્થના
- જીવન કેવું જીવવું તેની સમજ

Ish Upanishad
ઈશ ઉપનિષદ

© સંપૂર્ણ જીવન ટ્રસ્ટ

લેખક - પ્રકાશક :

સંપૂર્ણ જીવન ટ્રસ્ટ

૩૬, અજિતનાથ સોસાયટી,

પાણીની ટાંકી પાસે, કારેલીબાગ,

વડોદરા - ૩૯૦ ૦૧૮.

ફોન : ૦૨૬૫ - ૨૪૬૪૮૫૯

Email : sampurnajeevantrust@gmail.com

પ્રત : ૧૦૦૦, જુન - ૨૦૧૭

લેસર કમ્પોઝિંગ - મુદ્રક :

વિમલ ગ્રાફિક્સ

૧૦, કાન્ત ઍપાર્ટમેન્ટ,

પેટલાદ રોડ, નડીઆદ.

મો. : ૯૮૯૮૧૧૪૯૯૯

સૌજન્ય :

સ્વ. ગિરીશભાઈ ચીમનલાલ બારોટ

:: પ્રસ્તાવના ::

ઈશ ઉપનિષદને બધાં ઉપનિષદોમાં શ્રેષ્ઠ માનવામાં આવેલ છે. આ ઉપનિષદ શુક્લ યજુર્વેદ સંહિતાનો ૪૦ મો અધ્યાય છે.

આ ઉપનિષદના મર્મને સરળ ભાષામાં અને સામાન્ય મનુષ્ય સમજી શકે તેવી શૈલીમાં રજૂ કરતાં આનંદ થાય છે. ટ્રસ્ટનો ઉદ્દેશ છે કે ઉપનિષદનું ગહન અને સત્ય જ્ઞાન જિજ્ઞાસુઓને સહજ ઉપલબ્ધ થયા. આ પુસ્તિકા સંપૂર્ણ જીવન ટ્રસ્ટના સ્નાતક કક્ષાના વિદ્યાર્થીઓ માટે પાઠ્ય પુસ્તિકાની પણ ગરજ સારશે.

ઈશ ઉપનિષદ ઉપર સૌથી વધુ ભાષ્યો અને વિદ્વાન લોકોનાં લખાણો ઉપલબ્ધ છે. તેને દૃષ્ટિ સમક્ષ રાખી આ સારાંશ તૈયાર કરવામાં આવ્યો છે, જે સત્યનો સાક્ષાત્કાર કરવામાં અને જીવનમાં તેનું આચરણ કરવામાં જિજ્ઞાસુના મનમાં જાગતા તમામ પ્રશ્નોના ઉત્તરો આપવા સમર્થ છે.

ઈશ ઉપનિષદમાં અઢાર શ્લોક છે, જેમાં વિવિધ વિષયોનું વિવરણ-વિવેચન છે, જેવા કે પરબ્રહ્મ પરમાત્માએ આ સૃષ્ટિનું સર્જન કેવી રીતે કર્યું, તેનું સ્વરૂપ કેવું છે, બ્રહ્મની સ્વચાલિત વ્યવસ્થા તેનું સંચાલન કેવી રીતે કરે છે વગેરે. બધા જીવો નિરંતર આનંદમાં રહી શકે તે માટે પરમાત્માએ કેવી સુંદર વ્યવસ્થા કરી છે તેનું વર્ણન ખૂબ જ રોચક છે.

તે સાથે કોઈ પણ વિષય અથવા વસ્તુનો ઉપભોગ કઈ રીતે સંયમપૂર્વક કરવો તેની સમજ સંક્ષેપમાં આપવામાં આવી છે. તદુપરાંત તેમાં વિદ્યા-અવિદ્યા, સંભૂતિ-અસંભૂતિ, દ્વૈત-અદ્વૈત જેવા કઠિન વિષયોનું પણ વિવેચન કરવામાં આવ્યું છે.

ઈશ ઉપનિષદ ઉપર મહાત્મા ગાંધી, પૂ. વિનોબા, વિમલા તાઈ ઠકાર, દાદા ધર્માધિકારી તથા મહારાષ્ટ્રના મોટા ભાગના ચિંતકોએ વિવેચન કર્યાં છે. આ ઉપનિષદના જ્ઞાન વડે જિજ્ઞાસુ વિદ્યાર્થી પોતાનું જીવન સમજપૂર્વક જ્યેષ્ઠ અને શ્રેષ્ઠ બનાવી શકે તેવી પૂરી સંભાવના છે. આ સારાંશ વાંચ્યા પછી વિદ્યાર્થીને મૂળ ઉપનિષદ સમજવામાં સરળતા થશે એવો વિશ્વાસ છે.

- સંપૂર્ણ જીવન ટ્રસ્ટ

:: ઉપનિષદનો મર્મ ::

આપણા ઋષિઓ યોગી ઉપરાંત વૈજ્ઞાનિક હતા. તેમણે જે સત્યનો સાક્ષાત્કાર કર્યો અને વ્યાવહારિક જીવનમાં અનુભવ મેળવ્યો, તેનું સંકલન કરીને જે શબ્દદેહ આપ્યો તે ઉપનિષદ.

ઉપનિષદ એ આધ્યાત્મિક જીવનવિદ્યા છે, જે આપણી ભવ્ય સંસ્કૃતિનું સર્વોત્તમ મૂળ છે. વેદના એ અંતિમ ભાગને વેદાંત કહે છે, તે વેદોમાંથી જ તારવવામાં આવેલાં છે. અલગ અલગ ઋષિઓ દ્વારા અલગ અલગ ઉપનિષદોમાં એક એક વિષયને વિગતવાર સમજાવવામાં આવેલ છે. કુલ ૧૦૮ ઉપનિષદો લખાયાં છે, તેમાં ૧૧ ઉપનિષદો મુખ્ય છે – ઈશ, કેન, કઠ, પ્રશ્ન, મુંડક, માંડૂક્ય, તૈત્તિરીય, ઐતરેય, બૃહદારણ્યક, છાંદોગ્ય અને શ્વેતાશ્વતર છે.

ઉપનિષદમાં અગત્યના વિષયો, જેવા કે પરમાત્માનું સ્વરૂપ, જીવાત્મા, વિદ્યા–અવિદ્યા, પરાવિદ્યા–અપરાવિદ્યા, દ્વૈત–અદ્વૈત, સંભૂતિ–અસંભૂતિ, દેવ અને દાનવનાં લક્ષણો, વર્ણવ્યવસ્થા અને ચાર આશ્રમ વ્યવસ્થા, આત્મા, આત્મજ્ઞાન, બ્રહ્મ, બ્રહ્મજ્ઞાન, પરમાત્માનું સ્વરૂપ, પ્રકૃતિ, ત્રણ ગુણ (સત્વ, રજસ, તમસ), પંચમહાભૂત (આકાશ, વાયુ, તેજ, જલ અને પૃથ્વી) અને આત્મા પર આવેલાં વિવિધ આવરણોના કોષો રૂપે વર્ણન, કર્મ, શાંતિ, સત્ય, આનંદ, ઉપાસના તેમજ ભક્તિની સાચી સમજ આપેલી છે.

ઉપનિષદોમાં પરમાત્માનાં સ્વરૂપો અને કર્તવ્યનું સુંદર વર્ણન કરવામાં આવ્યું છે. પરમાત્મા શ્રેષ્ઠ, સત્ય, ચૈતન્ય સ્વરૂપ છે. તેમની જ સત્તા છે. પરમાત્માએ તેમના એક અંશમાંથી આ સૃષ્ટિનું સર્જન કર્યું છે અને તેનું સંચાલન પણ તેઓ જ કરે છે. તેમણે જ મનુષ્યનું સર્જન કર્યું છે અને તેમાં ચૈતન્યશક્તિરૂપે આત્માનું નિરૂપણ કર્યું છે. એ આત્મા પરમાત્માનો જ અંશ છે. આ આત્મા અને પરમાત્માના સંબંધનું વર્ણન વિગતવાર કરેલું છે.

ઉપનિષદ અંધકાર અને અજ્ઞાનને દૂર કરે છે અને સાચું જ્ઞાન આપે છે. ઉપનિષદનું જ્ઞાન બ્રહ્મપ્રાપ્તિ માટે અને દૈનિક જિવન માટે બહુજ ઉપયોગી છે.

કર્મનો સિદ્ધાંત સમજાવીને માણસને નિષ્કામ કર્મ દ્વારા અંતઃકરણ શુદ્ધ કરવાની પદ્ધતિ બતાવી છે તથા ઉપાસનાની વિવિધ પદ્ધતિઓ સમજાવીને કેવી રીતે મૃત્યુ પહેલાં માયા અને વાસનાઓનો ક્ષય કરીને સંપૂર્ણ વૈરાગ્યની સ્થિતિએ પહોંચી શકાય તેનું વર્ણન છે. આમ અવિધાનો પડદો હટવાને કારણે પરમાત્માનું દર્શન સ્પષ્ટ થતું જાય છે.

ઉપનિષદ સમજાવે છે કે દરેક વસ્તુ પરમાત્માની માલિકીની છે, જેથી તેના માલિક નહીં પણ ટ્રસ્ટી બની, ત્યાગીને ભોગવવાનું શીખવે છે. માણસે ભોગોના કે સમૃદ્ધિના ગુલામ નથી થવાનું. પરંતુ પોતાનું જિવન સાદગીભર્યું અને ત્યાગ પૂર્ણ હોવું જોઇએ.

આપણે જોઈ રહ્યા છીએ કે છેલ્લા બે શતકમાં ભૌતિક જિવન માટે જરૂરી શિક્ષણનું સુંદર માળખું ગોઠવાયેલું હોવાથી આપણે તેને સમૃદ્ધ બનાવી શક્યા છીએ, પરંતુ સમાજમાં પ્રવર્તી રહેલ આધ્યાત્મિક નિરક્ષરતાને કારણે સંકુચિતતા, અંધશ્રદ્ધા, નૈતિક મૂલ્યોનું અધઃપતન, પાપાચાર, ભ્રષ્ટાચાર, દંભ, સંપત્તિનું પ્રદર્શન, વ્યક્તિપૂજા જેવાં દૂષણો ઝડપથી વધી રહ્યાં છે ત્યારે ઉપનિષદના આધ્યાત્મિક જ્ઞાનનું મહત્ત્વ ખૂબ જ વધી જાય છે.

આધ્યાત્મિક જ્ઞાન અને ભૌતિકજ્ઞાનમાંથી કોઈ એક જ જ્ઞાન પૂરતું નથી, પરંતુ આ બંને જ્ઞાનનો સમન્વય જરૂરી છે. આ બંને વિધાઓ ગુરુકુળમાં એક જ ગુરુદ્વારા સમાન રીતે આપવામાં આવતી હતી, જેથી તેનું પરિણામ ઉત્તમ જોવા મળતું હતું. એ વ્યવસ્થા પડી ભાંગતાં હાલમાં પરિસ્થિતિ અસંતુલિત થઈ ગઈ છે, જેથી મોટા ભાગના લોકો અજ્ઞાનતાને કારણે ભગવાનને ભજવાને બદલે વ્યક્તિપૂજા તરફ વળી ગયા છે અને

અંધશ્રદ્ધામાં જીવે છે. ઉપનિષદનું સત્ય જ્ઞાન લુપ્ત થઈ રહ્યું છે.

ઉપનિષદનું જ્ઞાન વ્યક્તિમાં પરિવર્તન લાવે છે અને તેનો આધ્યાત્મિક વિકાસ થવાના કારણે તેનામાં નમ્રતા, માનવતા, નિર્ભયતા, ઉત્સાહ, સદ્ભાવના, સ્થિરતા અને હકારાત્મકતાનો સંચાર થાય છે, જેને કારણે તે પોતાનો વ્યક્તિગત વિકાસ કરીને કૌટુંબિક, સામાજિક, રાષ્ટ્રીય અને વૈશ્વિક બાબતોમાં પોતાનો સક્રિય ફાળો આપવા માટે સક્ષમ બની શકે છે.

આ ઉપનિષદનું જ્ઞાન જ્ઞાની પુરુષો દ્વારા અન્યને આમને–સામને બેસીને આપવામાં આવેલું જ્ઞાન છે, જે જ્ઞાન વિગતવાર મેળવવું હોય તો ઉપનિષદોનો અભ્યાસ કરવો જરૂરી છે.

ઈશ ઉપનિષદમાં આવતા મુખ્ય વિષયો

આ જગતમાં સર્વત્ર પ્રભુનો વાસ છે, જે કણ કણમાં રહેલા છે. તેઓ આ સૃષ્ટિનું સર્જન કરીને તેની અંદર જ રહેલા છે. આ જગત તેમના રહેવા માટે છે, તેઓ ઈશ છે.

બ્રહ્મ પોતે જ નિમિત્ત અને ઉપાદાન કારણ છે. આ બધું જ તેમનામાંથી ઉત્પન્ન થયેલું છે, જેથી બધું જ અદ્વૈત છે, બધું જ બ્રહ્મ છે.

આ ઉપનિષદમાં ઋષિ પરમાત્માનું સ્વરૂપ સમજાવે છે. પરમાત્માએ જ લીલા કરવા માટે આ સૃષ્ટિની રચના કરી છે. જેથી આ જગતમાં સર્વત્ર પ્રભુનો વાસ છે, તે કણ કણમાં રહેલા છે. તેઓ આ સૃષ્ટિનું સર્જન કરીને તેની અંદર જ રહેલા છે. બ્રહ્મ પોતે જ નિમિત્ત અને ઉપાદાન કારણ છે. આ બધું જ તેમનામાંથી ઉત્પન્ન થયેલું છે. આ સૃષ્ટિની તમામે તમામ ચીજ પર તેમનું નિયંત્રણ છે. આ દેખીતું જગત પરબ્રહ્મ પરમાત્માના એક અંશમાંથી વિસ્તાર પામેલું છે. તેને અક્ષરબ્રહ્મ તરીકે ઓળખવામાં આવે છે. અક્ષરબ્રહ્મનો આવિર્ભાવ અલગ અલગ પ્રમાણમાં જીવાત્મા, અંતઃકરણ અને પંચમહાભૂત રૂપે જોવા મળે છે. આમાં આત્મા ચૈતન્ય અને અવિનાશી છે, તે કદી બદલાતા નથી, તે અપરિવર્તનશીલ છે, જ્યારે અંતઃકરણ અને પંચમહાભૂત જે સતત પરિવર્તનશીલ છે. જેના કારણે આ જગત દરરોજ નવું નવું દેખાય છે. જે બધું દ્વૈત રૂપથી અલગ અલગ દેખાય છે, પરંતુ બધું જ અદ્વૈતરૂપ (એક જ) બ્રહ્મ છે. બ્રહ્મ એટલે પરમાત્મા.

પ્રભુએ આ જગતની રચના આનંદ માટે બહુ સુંદર કરી છે. તેમાં દરેક જીવ શાંતિથી અને સુખમાં રહે અને તેને ભોગવે, પરંતુ સમજ પૂર્વક ભોગ ભોગવવા જોઈએ તે આ ઉપનિષદ દ્વારા સમજાવવામાં આવેલ છે. તેમજ જીવન કેવું જીવવું જોઈએ અને નિષ્કામ કર્મો કરવાં જોઈએ, તેમ કરતાં કરતાં સો વર્ષ જીવવું જોઈએ.

પરમાત્માનું સ્વરૂપ : પરમાત્મા નિરાકાર, પ્રકાશમય, ચૈતન્ય શક્તિ

છે. તેઓ અશરીરી, અજન્મા, સૂક્ષ્મ, સર્વોપરી, સર્વશક્તિમાન, સર્વવ્યાપી, સર્વજ્ઞ, સર્વશ્રેષ્ઠ છે. તેઓ સત્‌–ચિત્‌–આનંદ સ્વરૂપ છે. જે દરેક જીવમાં અંતર્યામી તરીકે રહેલા છે. તેઓ ત્રણ સ્વરૂપે સર્વવ્યાપી છે. આધિભૌતિક, આધિઆત્મિક અને આધિદૈવિક રૂપે ચારે તરફ દ્રશ્યમાન છે.

આત્મા : જે પરમાત્માનો અંશ છે, જે ચૈતન્ય છે. તે અજર, અમર, અવિનાશી છે.

અંતઃકરણ : મન, બુદ્ધિ, ચિત્ત અને અહંકાર, તે કાયમી હોવા છતાં પરિવર્તનશીલ છે. તેને સૂક્ષ્મ શરીર પણ કહે છે.

પંચમહાભૂત : આકાશ, વાયુ, તેજ, જલ અને પૃથ્વી, આ પાંચ મહાભૂત છે, જેના સંયોજનથી ભૌતિક જગત બનેલું છે.

કર્મયોગ : સૃષ્ટિના સર્જનની સાથે જ પરમાત્માએ દરેક પ્રાણી તથા મનુષ્ય માટે કર્મની વ્યવસ્થા કરેલી છે. જેથી તેને સતત કર્મ કરવું જ પડે. એક ક્ષણ માત્ર કર્મ કર્યા વગર તે રહી શકે નહીં. શરીરના નિભાવ માટે પણ કર્મ જરૂરી છે.

મનુષ્ય વડે જે કર્મ થાય છે તે ત્રણ પ્રકારનાં હોય છેઃ વિકામ, સકામ અને નિષ્કામ કર્મ. વિકામ કર્મનું ફળ નર્ક છે, જ્યારે સકામ કર્મ મનુષ્ય સર્જિત વિશ્વ વ્યવસ્થા માટે ખૂબજ જરૂરી છે, પણ તે સોનાની સાંકળ છે. કેમ કે સકામ કર્મમાં વ્યક્તિને ફળની અપેક્ષા હોય છે, જેને માયા કહેવાય, જે તેને બંધનમાં નાખે છે. જ્યારે નિષ્કામ કર્મમાં ફળની અપેક્ષા ન હોવાને કારણે વ્યક્તિ કર્મના બંધનમાં આવતી નથી. આમ સતત નિષ્કામ કર્મને જ કર્મયોગ કહે છે.

કર્મનું ફળ એટલે શું ?

માણસ દ્વારા કોઈ પણ કર્મ થાય અને તેનું પરિણામ જે આવે તે ફળ. ફળ સારું કે ખરાબ હોઈ શકે છે. આમ દરેક કર્મનું ફળ નક્કી જ હોય છે. પરંતુ

તે ફળ પ્રત્યેની આસક્તિ કર્મના ફળથી માણસને બાંધે છે. પરંતુ તે જ કર્મ નિસ્વાર્થ ભાવથી કરવામાં આવે તો તે ફળ બાંધતું નથી. ઈશ ઉપનિષદમાં સમજાવ્યું છે કે દરેક વ્યક્તિએ કર્મ તો કરવાનું જ છે, પરંતુ તેના ફળની આશા નહીં રાખવાની અને ફળ પરમાત્માને અર્પણ કરે તો કોઈ પણ કર્મ બંધનમાં નાખતું નથી.

પ્રભુ પ્રાપ્તિનાં સાધનો :

- આત્માનો અવાજ સાંભળવો જોઈએ.

- જેનામાં રાગ–દ્વેષ ન હોય, ધૃણા ન હોય, વેર–ઝેર કે આસક્તિ ન હોય અને દરેક પ્રત્યે સમભાવ હોય. મનુષ્યે શોક, મોહ કે વિકારો રહિત બની સતત આનંદમાં રહેવું જોઈએ.

- જ્ઞાન, કર્મ અને ભક્તિ જરૂરી છે.

- સેવા, ધ્યાન–યોગ, સાધના જરૂરી છે .

- ભૌતિક જીવન અને આધ્યાત્મિક જીવનનો સમન્વય જરૂરી છે. જેમ કે વિદ્યા–અવિદ્યા તેમજ સંભૂતિ (બ્રહ્મનું વ્યક્ત ક્ષર સ્વરૂપ) અસંભૂતિ (બ્રહ્મનું અવ્યક્ત નિરાકાર અક્ષર સ્વરૂપ) નો સમન્વય જરૂરી છે.

  વિદ્યા : વિદ્યા– જે પરમાત્માનું જ્ઞાન છે, પ્રકાશ છે.

  અવિદ્યા : જે ભૌતિક જ્ઞાન છે.

  આ બંને વિદ્યા અલગ છે તેમજ જરૂરી પણ છે. તે એકલી હોય તો અધૂરી ગણાય છે. બંને સાથે હોય તો ઉત્તમ છે. એકલી અવિદ્યાથી જીવન આનંદમાં જીવી શકાય છે, પરંતુ શાશ્વત શાંતિ નથી મળતી. તે વિદ્યા વડે જ મળે છે. જ્યારે એકલી વિદ્યામાં માણસ વ્યસ્ત રહે છે તો તે જીવન જરૂરી વસ્તુઓ પામી શકતો નથી. તેને બીજા પર આધાર રાખવો પડે, તે ન મળે તો ભૂખે મરી જાય છે અને સાધના અધૂરી રહી જાય છે. આમ વિદ્યા અને

અવિધાનો સમન્વય જરૂરી છે.

માટે જ અવિધા અને વિધાને આત્મતત્ત્વ સાથે રાખી જીવે છે તે જીવન જીવી જાણે છે અને પરમાત્માને પામી શકે છે.

સંભૂતિ-અસંભૂતિ : સંભૂતિ– જે બ્રહ્મનું વ્યક્ત સ્વરૂપ છે જેને કાર્ય બ્રહ્મ કે જગત કહે છે. જેની ઉત્પત્તિ અને વિકાસ થાય છે. તે જન્મ ધારણ કરે છે, જેને બાહ્યશક્તિ પણ કહે છે.

અસંભૂતિ : જે બ્રહ્મનું નિરાકાર અથવા અવ્યક્ત સ્વરૂપ છે. અજન્મા કે સૂક્ષ્મ જીવન છે, જેને જન્મ–મૃત્યુ, અંત કે આરંભ હોતા નથી. તેને આંતરશક્તિ પણ કહે છે.

આ બંનેનો સાથે સ્વીકાર કરવો જરૂરી છે. તો જ જીવન પૂર્ણ બને અને શ્રેષ્ઠ જીવન જીવી શકાય છે. કોઈ પણ એકને સ્વીકારવામાં આવે તો સફળતા નથી મળતી. બન્નેના સમન્વયથી જીવનમાં સુખ, શાંતિ, આનંદ મળે છે. ટૂંકમાં જો વસ્ત્રનું નિર્માણ કરવું હોય તો કાતર અને સોય બંને જરૂરી છે.

દેવ-અસુર : સામાન્ય માણસો દેવ અને અસુરને એવી રીતે સમજે છે કે સુંદર, રૂપાળા, મુગટ વાળા હોય, જે આકાશમાં ઉડતા હોય તે દેવ અને અસુર એટલે જંગલમાં કે પહાડો પર મોટા દાંત અને શીંગડાવાળા રાક્ષસી સ્વરૂપ ધરાવે તે અસુર, આ સમજ અજ્ઞાનતાનું કારણ છે.

ગીતામાં વર્ણિત દેવ અને અસુર એટલે પૃથ્વી પર રહેતા માણસો જ છે, પરંતુ જે માણસો અભય, શુદ્ધ અંતઃકરણવાળા, જ્ઞાની, દાનવીર, કર્મયોગી, અહિંસા અને સત્યમાં માનતા હોય, ક્ષમાવાન, ધૈર્યવાન, દયાળુ હોય, શાંત હોય, સરળ હોય, તેઓને દૈવી ગુણ ધરાવતા પુરુષો કહેવાય છે.

જયારે જે માણસો દંભી હોય, બીજાને નુકસાન કરવાની વૃત્તિવાળા હોય, ક્રોધી હોય અને અજ્ઞાની હોય તે અસુર છે.

આત્માનો આવાજ સાંભળવાથી તથા તે પ્રમાણે વર્તન થવાથી દૈવી ગુણો પોતાની મેળે ખીલે છે, જયારે આત્માનો અવાજ દબાવવામાં આવે છે ત્યારે વ્યક્તિ અસુર બનતો જાય છે.

આત્માની જગૃતિ માટે ધ્યાન શ્રેષ્ઠ માર્ગ છે. માણસ ધ્યાનયોગ વડે શ્રેષ્ઠ પુરુષ બની શકે છે અને આસુરી ગુણોનો નાશ કરી દૈવી ગુણો પ્રાપ્ત કરી શકે છે.

ભક્તિ : એટલે સવારે ઊઠી ભગવાનને દીવો કરવો, અગરબત્તી કરવી, ઘંટડી વગાડી, ટીલા–ટપકાં કરી પોતે ભક્તિ કરી એવું જે સમજે છે તે તો ભક્તિનો એક નાનો ભાગ છે. તે ભક્તિની શરૂઆત છે, પરંતુ આખી જિંદગી આ જ કર્યા કરવું તે અજ્ઞાનતા કે અંધશ્રદ્ધા છે.

ભક્તિ એટલે શ્રદ્ધા પૂર્વક પોતાની ક્ષમતાનો પૂરેપૂરો ઉપયોગ કરી પોતાને ભાગે આવતું કર્મ પૂર્ણ કરી પરમાત્માને સમર્પિત થવું અને પોતાનામાં રહી ગયેલી ક્ષતિ માટે પરમાત્માને યાચના કરવી તથા પરમાત્માની મદદ માગવી તે ભક્તિ છે. આ માટે નવધા ભક્તિને સમજવી જરૂરી છે.

આત્માની જાગૃતિ માટે ધ્યાનયોગ શ્રેષ્ઠ છે.

જ્યારે માણસ માયા રહિત થાય છે ત્યારે તેની વાસનાઓ દૂર થાય છે. પછી તે પરમાત્માની શરણાગતિ, આત્મસમર્પણ અને સત્ય દ્વારા આધ્યાત્મિક સમૃદ્ધિથી સભર એવા પરમ આનંદ તરફ લઈ જાય છે. જ્યારે અવિદ્યાનો પડદો હટી જાય છે અને પોતાનું સત્ય સ્વરૂપ દેખાય છે ત્યારે ખ્યાલ આવ છે કે એ તો હું જ છું, પરમાત્મા તો મારી અંદર જ રહેલા છે.

શાંતિપાઠઃ

ૐ સહ નાવવતુ । સહ નૌ ભુનક્તુ । સહ વીર્ય કરવાવહૈ ।
તેજસ્વિ નાવધીતમસ્તુ । મા વિદ્દિષાવહૈ ।
ૐ શાન્તિઃ ! શાન્તિઃ !! શાન્તિઃ !!!

ભાવાર્થ : હે પરમાત્મા ! આપ ગુરુશિષ્ય અમારા બન્નેની સાથે સાથે સર્વ પ્રકારથી રક્ષા કરો ; અમારા બન્નેનું આપ સાથે સાથે ઉચિત રીતે પાલન પોષણ કરો. અમે બન્ને સાથે સાથે જ સર્વ રીતે બળપ્રાપ્ત કરીએ ; અમે બન્નેએ ભણેલી વિદ્યા તેજસ્વી થાઓ—કોઈથી ક્યાંય પણ વિદ્યામાં હારીએ નહીં ને અમે બન્ને જણા આખી જિંદગી સ્નેહથી બંધાયેલા રહીએ. અમારામાં આપસ–આપસમાં ક્યારેય દ્વેષ ન થાઓ. ત્રિવિધ તાપની શાંતિ થાઓ.

ॐ ईशा वास्यमिदँ सर्वं यत्किञ्च जगत्यां जगत् ।
तेन त्यक्तेन भुञ्जीथाः मा गृधः कस्य स्विद् धनम् ।।१।।

શબ્દાર્થ : जगत्याम् – સમસ્ત બ્રહ્માંડમાં, यतकिञ्च – જે કંઈ પણ, जगत् – જડચેતન સ્વરૂપ જગત છે, इदम् – આ, सर्वम् – બધું, ईशा – ઈશ્વરથી, वायस्यम् – વ્યાપ્ત છે, तेन – તે ઈશ્વરને સાથે રાખીને, त्यक्तेन – ત્યાગપૂર્વક, भुञ्जीथाः – તેને ભોગવતા રહો, मा गृधः – તેમાં આસક્ત થશો નહીં કારણ કે, धनम् – ધન–ભોગ્ય પદાર્થ, कस्य स्वित् – કોનું છે ? અર્થાત્ કોઈનું પણ નથી.

ભાવાર્થ : આ બધો ઈશનો આવાસ છે. અખિલ બ્રહ્માંડમાં જે કંઈ જડ, ચેતનરૂપ જગત છે તે બધું ઈશ્વર માટે રહેવા યોગ્ય છે. બધું જ ઈશ્વરનું છે તેમ સમજીને તેનો ત્યાગ કરીને જરૂર પૂરતું જ ભોગવવું જોઈએ. તેની આસક્તિ ન હોવી જોઈએ.

વિવેચન : ઈશ એટલે પ્રભુ, જે સત્ય છે. આ જગતનું સર્જન કરનાર ઈશ છે. આ સૃષ્ટિ ઈશ્વરથી વ્યાપ્ત છે. જેથી સૃષ્ટિના કણ કણમાં તેનો વાસ છે. આ સૃષ્ટિનું સર્જન કરીને તે એનાથી દૂર નથી, તેની અંદર જ બેઠા છે. તેથી આ જગતના તમામ સંસાધનોના માલિક પરમાત્મા જ કહેવાય. માટે આ જગત છે તે ઈશને વાસ કરવા માટે છે.

વિશ્વના એક એક કણમાં પ્રભુના અસ્તિત્ત્વને સમજવા માટે આપણે આ વિશ્વ કેવી રીતે બન્યું તે સમજવું જરૂરી છે. પરમાત્મા એકલા હતા. તેમને વિચાર આવ્યો કે હું એકમાંથી અનેક થાઉં. બ્રહ્મતત્ત્વ જે આનંદસ્વરૂપ છે તેના આવિર્ભાવથી જગતની રચના થઈ છે. આ પરમાત્માનો આવિર્ભાવ ત્રણ રૂપે થયો. આત્મા, અંતઃકરણ અને પંચમહાભૂત.

જેમાંથી આત્મા અને અંતઃકરણ સાથે મળી જીવાત્મા બને છે, જે પંચમહાભૂત વડે શરીર બનાવી મનુષ્યની રચના કરે છે. મૃત્યુ સમયે તે શરીરને છોડી નવો જન્મ ધારણ કરે છે. આમ પરમાત્માએ પોતાની પ્રકૃતિ

દ્વારા ચૈતન્ય અને જડ વસ્તુઓ વડે આ સૃષ્ટિનું સર્જન કરી, પોતે તેની અંદર જ રહેલા છે. પરમાત્મા સર્વવ્યાપી છે તેમજ સર્વની અંદર રહેલા છે. તેઓ આ વિશ્વની તમામ વસ્તુ પર નિયંત્રણ કરી રહ્યા છે.

પરમાત્માએ આ સૃષ્ટિના સર્જનમાં ૮૪ લાખ યોનિઓ બનાવી, જેમાં મનુષ્ય યોનિને જ વિવેક આપ્યો છે. મનુષ્યમાં આનંદ તિરોહિત હોવાના કારણે તે આનંદની શોધમાં રહે છે. અને તે પંચમહાભૂતમાંથી બનેલી નાશવંત વસ્તુઓમાંથી આનંદ મેળવવા પ્રવૃત્ત થાય છે, પરંતુ તેમાંથી સાચો આનંદ મળતો નથી.

આ જગતને ભોગવનાર મનુષ્ય પણ જગતનો એક ભાગ છે. તેમાં રહેલો આત્મા પ્રભુનો અંશ છે, જેથી તે પણ ઈશ છે. આમ બધું જ ઈશ છે. બધે જ પ્રભુની સત્તા છે, પરંતુ મનુષ્ય એવું માને છે કે આ જગત પર મારી પોતાની સત્તા છે અને જગત મારા ભોગ માટે છે. જ્યારે તેને ખ્યાલ આવે છે કે આ સૃષ્ટિ (જગત) પણ ઈશ છે. જો સૃષ્ટિ ઈશ હોય તો હું પણ સૃષ્ટિનો એક ભાગ છું. તો હું તેનો ભોક્તા કેવી રીતે હોઈ શકું? હવે આ સૃષ્ટિ સાથે હું ખરાબ વ્યવહાર કેવી રીતે કરી શકું? આ જ્ઞાન થતાં જ તેનો સૃષ્ટિ સાથેનો વ્યવહાર બદલાઈ જાય છે.

મનુષ્ય ભોગ ભોગવે તેમાં કંઈ ખોટું નથી, ઉમંગથી ભોગવે. પરંતુ ભોગની મર્યાદા જરૂરી છે. ભોગ ભોગવવાની રીત જાણવી જોઈએ. મનુષ્ય ભોગ ભોગવે પરંતુ તે બધી વસ્તુનો માલિક પોતે છે તે ભાવ ન હોવો જોઈએ. તેમજ અતિભોગ ન ભોગવવા જોઈએ. પશુની જેમ ભોગ ન ભોગવવા જોઈએ. જરૂરિયાત પ્રમાણે જ ભોગ ભોગવવા જોઈએ, જરૂરત સિવાયની વસ્તુનો ત્યાગ કરવો જોઈએ. એટલે કે ત્યાગીને ભોગવવું જોઈએ કારણ કે આ બધું જ પરમાત્માનું છે તેમ સમજીને ઉપયોગ કરવો જોઈએ. પરમાત્માના નિયમ પ્રમાણે જ ભોગવવું જોઈએ. તેથી વધુ ભોગવવાનો કોઈને અધિકાર નથી. (જરૂરિયાત પૂરતું જ ભોગવવું જોઈએ

અને વધારાનું અન્યને આપવું જોઈએ.) મનુષ્ય ભોગને જ સર્વસ્વ સમજી તેની પાછળ જ રચ્યો પચ્યો રહે છે અને વધુ આસક્તિ રાખે છે ત્યારે પશુ સમાન બની જાય છે અને ભોગનો ગુલામ બની જાય છે. ભોગની આદત તેને ભોગ પ્રત્યે એટલો અંધ કરી નાખે છે, કે જ્યારે પણ ભોગ દેખાય ત્યારે તે તેને પામવા તત્પર થઈ જાય છે. એટલે સુધી કે તે બીજાનું ધન હડપ કરવાની વૃત્તિ ધરાવે છે. કોઈ પણ ભોગ ભોગવતી વખતે મનમાં લોભ કે લાલચ ન હોવાં જોઈએ. તમામ સમૃદ્ધિ કે વૈભવનું સર્જન પરમાત્માએ કર્યું છે, જેથી બધું જ પ્રભુનું છે. આ જગતના તમામ સંસાધનોના માલિક પરમાત્મા જ છે તેમ સમજીને ઉપયોગ કરવો જોઈએ. મારી પાસે જે સંપત્તિ છે તે તમામ વસ્તુઓનો માલિક નહીં પરંતુ ટ્રસ્ટી બનીને જ ભોગવવું જોઈએ (તમે કોઈ સંસ્થાના ટ્રસ્ટી હો તો તે સંસ્થાના પૈસાના તમે માલિક નથી, તમે તેના વહીવટ કરવા માટે જ છો.) આ ભાવ ભોગ પ્રત્યે હોવો બહુ મહત્ત્વનો છે. આ સૃષ્ટિની તમામ વસ્તુ પરમાત્માની છે, જેથી તેનો ઉપયોગ પરમાત્મા માટે જ કરવો જોઈએ એટલે કે પરમાત્માના કાર્યમાં ઉપયોગ કરવો જોઈએ.

કુર્વન્નેવેહ કર્માણિ જિજીવિષેચ્છત ઁ સમાઃ ।

એવં ત્વયિ નાન્યથેતોઽસ્તિ ન કર્મ લિપ્યતે નરે ।।૨।।

શબ્દાર્થ : इह – આ જગતમાં, कर्माणि – શાસ્ત્રવિહિત કર્મોને, कुर्वन – (ઈશ્વર પ્રીત્યર્થે) કરતા રહીને, एव – જ, समाः – સો વર્ષ સુધી, जिजीविषेत् – જીવવાની ઈચ્છા કરવી જોઈએ, एवम् – આ રીતે, कर्म – કરવામાં આવનાર કર્મો, त्वयि – તારામાં, नरे – મનુષ્યમાં, न लिप्यते – લેપાશે નહીં, इतः – આથી, अन्यथा – બીજો કોઈ પ્રકાર કે માર્ગ, न अस्ति – નથી.

ભાવાર્થ : પરમાત્માના આયોજન પ્રમાણે શાસ્ત્રમાં કહ્યા પ્રમાણે દરેક વ્યક્તિએ સો વર્ષ સુધી પ્રભુનું સ્મરણ કરતાં કરતાં પ્રભાવશાળી જીવન જીવવાની ઈચ્છા રાખવી જોઈએ. આવા જીવન સિવાય અર્થાત પૂર્ણ સમય

માટે કર્મ કર્યા સિવાય આપણી પાસે બીજો કોઇ વિકલ્પ નથી. નિષ્કામ કર્મ આપણને બંધનમાં નાખતું નથી પરંતુ તે મુક્તિ માટેનું અગત્યનું સાધન છે. આપણને બંધનમાં નાખનાર કર્મ ફળની અપેક્ષા છે, જેનો ત્યાગ કરવો જોઇએ. અગાઉના શ્લોક પ્રમાણે આપણે ત્યાગીને ભોગવવું જોઇએ એટલે કે નિષ્કામ કર્મ કરતાં કરતાં આદર્શ જીવન જીવવાની ઇચ્છા કરવી જોઇએ. સર્વત્ર ઈશ્વરનો વાસ છે તેમ સમજીને જીવન જીવવાનું છે.

વિવેચન : પરમાત્માએ આ સૃષ્ટિની આયોજનબદ્ધ રચના કરી છે. આ વિશ્વ આપણને સુંદર દેખાય છે. તેમાં જીવાત્માની એટલે કે જીવ સૃષ્ટિની બહુજ મોટી ભૂમિકા છે. દરેક જીવ, વનસ્પતિ સહિત તેના જીવનકાળ દરમ્યાન (૧૦૦ વર્ષ દરમ્યાન) પંચમહાભૂતમાંથી શરીર બનાવે છે અને જીવનકાળ પૂરો થતાં શરીર છોડી દે છે. આને કારણે વિશ્વ રોજ નવું નવું દેખાય છે. હવે આ જીવો તેમની પ્રવૃત્તિ છોડી દે તો આ સુંદર વિશ્વ નિસ્તેજ બની જાય અને જીવવા લાયક રહે નહીં. માટે જીવ પરમાત્માએ આપેલ સહજ પ્રેરણા પ્રમાણે પરમાત્માની વ્યવસ્થામાં પોતાની ભૂમિકા ભજવે છે.

પરમાત્માએ મનુષ્યને વિવેક આપ્યો છે જેથી તે વિચારી શકે છે કે કેવું કર્મ કરવું? સતત કર્મ કરવું કે કર્મ છોડી દેવું તે નક્કી કરવાનું છે. ઋષિ સમજાવે છે કે કર્મ છોડવાનો વિચાર આપણો વિનાશ કરવા બરાબર છે. માટે આપણી પાસે એક જ વિકલ્પ રહે છે કે આપણે સતત કર્મ કરીએ કારણ કે પરમાત્માએ એવી રચના કરી છે કે આપણે એક ક્ષણ પણ કાર્ય કર્યા વગર રહી શકતા નથી. માટે આપણે કોઈ પણ પ્રકારનું જીવન જીવવા માટે કર્મ કરવું જરૂરી છે.

આપણને બંધન ગમતું નથી અને દરેક મનુષ્ય મુક્તિની શોધમાં હોય છે. અહીં ઋષિ બહુ જ અગત્યનો સિદ્ધાંત સમજાવે છે કે આપણને બંધનમાં નાખનાર કર્મ નથી પણ કર્મના ફળની વાસના છે. માટે જો કર્મના ફળની

વાસના (આસક્તિ) છૂટી જાય તો આ કર્મ જ આપણી મુક્તિનું સાધન બની શકે છે. આપણી બધી ઈચ્છાઓને પરમાત્માની ઈચ્છાઓમાં ભેળવી દઈએ અને આપણી અંદર રહેલા અંતર્યામીના માર્ગદર્શન પ્રમાણે આપણે કર્મ કરીએ તો આપણે કર્મના બંધનમાં પડતા નથી. આમ નિષ્કામ કર્મ કરતાં કરતાં સો વર્ષ સુધી શાંતિપૂર્વક આનંદમાં રહીને પ્રભાવશાળી જીવન જીવી શકીએ છીએ.

ઋષિ સમજાવે છે કે પરમાત્મા સર્વવ્યાપી છે. દરેકે દરેક વસ્તુમાં પરમાત્મા રહેલા છે. તેથી કર્મ કરતી વખતે જે કંઈ માર્ગમાં આવે તે બધું જ પરમાત્મા છે તેમ વિચારો, તો તે દરેક વસ્તુ સાથેનો વ્યવહાર બદલાઈ જશે. પછી તેના પ્રત્યે આસક્તિ નહીં રહે. જીવન દરમ્યાન સતત કર્મ કરતાં રહેવાનું છે. તે પણ ઉચ્ચ આદર્શ અને ધ્યેય માટે જીવન જીવવાનું છે, તો જ જીવન સાર્થક થાય છે. "જીવન કેટલું જીવ્યા તે નહીં, કેવું જીવ્યા તે અગત્યનું છે."

કર્મ ક્યારે બંધનકારક બનતું નથી ?

(૧) દરેકની પાસેથી કામ લેતાં કે વ્યવહાર કરતાં તેનામાં ભગવાન છે, તે ભાવથી કામ લેતાં કર્મનું બંધન થતું નથી.

(૨) જ્યારે કર્મ કરો ત્યારે કર્મનું ફળ ભગવાનને સોંપી દો અને કર્મ કર્યા કરો. આવા કર્મયોગીને કર્મનું બંધન નડતું નથી. તેમાં ફક્ત ક્રિયા થાય છે, જેથી ક્રિયા કરનારને કર્મનું બંધન થતું નથી.

(૩) જ્યારે કર્મ કરો ત્યારે દ્રષ્ટાભાવ રાખીને કર્મ કરવાથી અલગપણાને લીધે કર્મ થતું નથી. ફક્ત ક્રિયા થાય છે. જેથી ક્રિયા કરનારને કર્મનું બંધન થતું નથી.

(૪) બીજો રસ્તો છે ભૂંજેલા બીજ જેવો. ભૂંજેલા બીજમાંથી નહીં. એવી રીતે જેમાં કર્તાભાવ જ બળી ગયેલો હોય છે જેથી તેમાંથી કશું ઉત્પન્ન ન થઈ શકે. માટે કર્તાભાવ વગરનું કર્મ કરવાથી પણ કોઈ બંધન

લાગતું નથી.

પરમાત્માએ માનવ જીવનની રચના કરી છે, તેથી દરેક મનુષ્યે લાંબુ અને સુંદર જીવન જીવતાં જીવતાં ૧૦૦ વર્ષ જીવવાની તીવ્ર ઈચ્છા કરવી જોઈએ અને જીવનને વેડફી નાખવાનો વિચાર ન કરવો જોઈએ. જીવન દરમ્યાન સતત કર્મ કરતાં રહેવાનું છે, તે પણ ઉચ્ચ આદર્શ અને ધ્યેય માટે જીવન જીવવાનું છે, તો જ જીવન સાર્થક થાય છે. જીવન એ તો પરમાત્માની દેન છે.

અસૂર્યા નામ તે લોકા અન્ધેન તમસાऽऽવૃતાઃ ।

તાઁ સ્તે પ્રેત્યાભિગચ્છન્તિ યે કે ચાત્મહનો જનાઃ ॥૩॥

શબ્દાર્થ : અસૂર્યાઃ – અસુરોનાં, નામ – પ્રસિદ્ધ, લોકાઃ – નાના પ્રકારની યોનિઓ તેમજ નરકરૂપ લોક છે, તે – તે બધાય, અન્ધેન તમસા – અજ્ઞાન તથા દુઃખ – કલેશરૂપ મહાન અંધકારથી, આવૃતાઃ – ઢંકાયેલા છે, યે કે ચ – જે કોઈ પણ, આત્મહનઃ – આત્માની હત્યા કરનારા, જનાઃ – માણસો હોય, તે– તેઓ, પ્રેત્ય – મરીને , તાન્ – તે જ ભયંકર લોકોને, અભિગચ્છન્તિ – વારંવાર પામે છે.

ભાવાર્થ : માનવ શરીર શ્રેષ્ઠ છે, જે મૃત્યુરૂપ સંસાર સમુદ્ર તરવા માટે છે. પરંતુ જો માણસ વિવેક ચૂકે તો દેવલોકને બદલે અસુર લોકમાં સરકી જાય છે.

જે વ્યક્તિઓ પોતાના આત્માના અવાજને સાંભળતા નથી અને પોતાના આત્માની વિરુદ્ધ ઈન્દ્રિયો અને વિષયોથી ખેંચાઈ દુષ્ટ પ્રવૃત્તિ કરે છે તેઓ તમો ગુણમાં સરી પડે છે. અને તેમનું સતત (વારંવાર) અધઃપતન થતું રહે છે અને તેઓ જ્યાં સૂર્યનો પ્રકાશ ન હોય તેવા અંધકારમાં પહોંચી જાય છે. તેવા લોકોને અસુર કહેવાય છે.

વિવેચન : કોઈ વ્યક્તિ જીવનકાળ દરમ્યાન કેવું જીવન જીવે છે તેના

પર તેની સ્થિતિ નક્કી થાય છે. જે માણસ આત્માના અવાજને સાંભળે છે અને આત્મામાંથી મળતાં સૂચનોનો અમલ કરે છે તે પોતાની આસપાસ દેવલોક (સ્વર્ગ) ઊભો કરે છે. ત્યારે જે લોકો આત્માનો અવાજ સાંભળતા નથી અને કામ, ક્રોધ, લોભને વશ થઈને આત્માની વિરુદ્ધ વર્તન કરે છે તે લોકો પોતાની આસપાસ (નર્ક)ની રચના કરે છે. આ બંને લોક કોઈ અલગ જગ્યાએ નથી પરંતુ આપણી અંદર જ અને આપણી આસપાસ ઊભું કરીએ છીએ. દેવલોક એટલે જે વ્યક્તિઓની અંદર અભય, જ્ઞાન, દાન, તપ, ક્ષમા, અહિંસા, ત્યાગ, પ્રેમ, દયા જેવા આત્માના ગુણો રહેલા છે તેવી વ્યક્તિઓનો સમૂહ સમાજમાં શાંતિથી રહે અને બીજાને આનંદમાં રહે તેવું વાતાવરણ બનાવે છે.

જે લોકોમાં રાગ, દ્વેષ, દંભ, દર્પ, અભિમાન, કામ, ક્રોધ, મોહ, માયા, લોભ વગેરે અવગુણો રહેલા છે તેઓ સતત તમોગુણ પ્રધાન હોય છે અને તનાવમાં રહેતા હોય છે. આવા લોકોનો સમૂહ એ અસુર લોક કહેવાય છે.

આ બે લોકમાંથી કયા લોકમાં જવું તેનો નિર્ણય વ્યક્તિએ પોતે જ કરવાનો છે. આ માટે સતત જાગૃત રહી આત્માના અવાજ પ્રમાણે જીવન જીવવાથી દેવલોકને પામી શકાય છે. આવા લોકો આત્મજ્ઞાની કહેવાય છે, જેઓ આત્મોન્નતિ તરફ જાય છે. ત્યારે થોડું પણ બેધ્યાન (અજ્ઞાનતા) આપણને અસુર લોકમાં અને આપણું જીવન અધોગતિ તરફ લઈ જાય છે. આવા લોકો મર્યા પછી નીચલી યોનિમાં જાય છે. આવા જીવનું જીવન પશુતુલ્ય કહી શકાય. આવા અજ્ઞાનીજન આત્મઘાતક કહેવાય છે, તે આત્મહત્યા કરે છે.

આ રીતે સ્વર્ગ અને નર્ક પોતાના કર્મને આધારે અહીં (પૃથ્વી પર) જ ભોગવવાનાં હોય છે. સ્વર્ગ કે નર્ક જેવી કોઈ અલગ દુનિયા નથી.

(**નોંધ :** દેવ અને અસુરનું વિગતવાર વર્ણન ગીતાજીના અધ્યાય-

૧૧માં આપેલ છે તેનો અભ્યાસ કરવો.)

અનેજદેકં મનસો જવીયો નૈનદ્દેવા આપ્નુવન્પૂર્વમષત્ ।

તદ્ધાવતોઽન્યાનત્યેતિ તિષ્ઠત્તસ્મિન્નપો માતરિશ્વા દધાતિ ॥૪॥

શબ્દાર્થ : તત્ – તે પરમેશ્વર, અનેજત્ – અચલ, એકમ્ – એક, મનસઃ – મનથી, જવીયઃ – વધુ તીવ્ર ગતિવાળો છે, પૂર્વમ્ – સૌથી પહેલાં, અર્ષત્ – સર્વને જાણનારો છે, એનત્ – એ પરમેશ્વરને, દેવાઃ – ઈન્દ્ર વગેરે દેવતાઓ પણ, ન આપ્નુવન્ – નથી પામી શક્યા કે નથી જાણી શક્યા, અન્યાન્ – બીજાઓને, ધાવતઃ – દોડનારાઓને, તિષ્ઠત્ – સ્થિત રહીને જ, અત્યેતિ – અતિક્રમણ કરી જાય છે, તસ્મિન્ – તે વિદ્યમાન હોવાથી જ – તેની સત્તાશક્તિથી, માતરિશ્વા – વાયુ વગેરે દેવતાઓ, અપઃ – જલવર્ષણ આદિ ક્રિયાઓ, દધાતિ – કરવામાં સમર્થ થાય છે.

ભાવાર્થ : તે આત્મતત્ત્વ (પરમેશ્વર) મન અને બુદ્ધિ કરતાં પણ શ્રેષ્ઠ છે, જે તેમના કરતાં વધુ વેગવાળું છે. (બ્રહ્મ ગતિ અને સ્થિતિ બંનેથી પર છે) જેને ઈન્દ્રિયો જોઈ કે જાણી શકતી નથી. આ આત્મતત્ત્વ (પરમાત્મા) નિરાકાર અને સૂક્ષ્મ હોવા છતાં સર્વ સમર્થ છે, શક્તિશાળી છે, સર્વવ્યાપી છે, પ્રાણ તેનાથી જ ગતિમાન છે તેમ જ સમષ્ટિના સર્વ દેવો તેના નિયંત્રણમાં છે. આ બધું પરમાત્માની શક્તિના એક અંશ માત્રથી થાય છે, માટે જ પરમાત્માના સહયોગ વગર આ કંઈ જ થઈ ન શકે.

વિવેચન : ઈશ કેવા છે? તેનું વર્ણન કરવાની કોઈની શક્તિ નથી. બધા જ વર્ણનકાર 'આવું નહીં... આવું નહીં' કહીને થાકી ગયા છે.

તે આત્મતત્ત્વ (પરમેશ્વર), મન અને બુદ્ધિ કરતાં પણ શ્રેષ્ઠ છે, જે તેમના કરતાં વેગવાળું છે. દેવો પણ તેને પકડી શકતા નથી. પરમતત્ત્વ સ્થિર છે પરંતુ સર્વથી વધુ ગતિમાન છે. તે બધી જ જગ્યાએ બધાથી પહેલાં તે બધે પહોંચેલુ હોય છે. જેથી બધા દોડનાર કરતાં તે પહેલાં પહોંચી જાય છે. જેને ઈન્દ્રિયો જોઈ કે જાણી શકતી નથી. ઈન્દ્રિયો અને મન બહિર્મુખી છે

જેથી તે બહારની દિશામાં ગતિ કરે છે, પરંતુ જ્યાં સુધી તે અંતર્મુખી ન થાય ત્યાં સુધી આત્મતત્ત્વને નહીં જોઈ શકે. આત્મતત્ત્વ સ્થિર છે માટે ઈન્દ્રિયો જ્યાં સુધી બહારની દોડ બંધ કરી સ્થિર નહીં થાય ત્યાં સુધી અંતર્મુખી નહીં બની શકે, ત્યાં સુધી પરમાત્માની અનુભૂતિ નહીં થાય.

આ આત્મતત્ત્વ (પરમાત્મા) નિરાકાર અને સૂક્ષ્મ હોવા છતાં સર્વ સમર્થ છે, શક્તિશાળી છે, સર્વ વ્યાપક છે. પ્રાણ તેનાથી જ ગતિમાન છે. તે જ વિશ્વમાં પ્રાણ નિર્માણ કરે છે. આ જ પરમતત્ત્વ દરેક પદાર્થમાં સૂક્ષ્મરૂપે રહેલું છે, તેમજ સમષ્ટિના સર્વ દેવો તેના નિયંત્રણમાં છે. આ બધું પરમાત્માની શક્તિના એક અંશ માત્રથી થાય છે, માટે જ પરમાત્માના સહયોગ વગર આ કંઈ જ થઈ ન શકે.

માણસને ભય થવાનું કારણ અજ્ઞાનતા, દ્વૈતભાવ અને સ્વાર્થ છે. પરંતુ જો પરમાત્માનો સાથ હોય તો ભય દૂર રહે છે. માટે સમાજના થવા કરતાં પ્રભુના થવું એ જ શ્રેષ્ઠ છે. જો શ્રેષ્ઠ થવું હોય તો સર્વશ્રેષ્ઠ પ્રભુ જોડે સંબંધ રાખીએ તેમ જ પ્રભુને ગમે તેવું કાર્ય કરવું જોઈએ.

જે અનેકત્વ દેખાય છે તે આ એક જ પદાર્થના વિવિધ રૂપ છે, જે બ્રહ્મથી જ ઉદ્ભવે છે, જે પ્રકૃતિના દરેક પરિબળોને અંકુશમાં રાખે છે. આવા ઈશના ગુણો જાણી તેમના જેવા નિર્વિકાર, અભય અને પૂર્ણ બનવા પ્રયત્ન કરવાનો છે.

તદેજતિ તન્નૈજતિ તદ્દૂરે તદ્વન્તિકે ।

તદન્તરસ્ય સર્વસ્ય તદુ સર્વસ્યાસ્ય બાહ્યતઃ ।।૫।।

શબ્દાર્થ : તત્ – તે, एजति – કંપે છે, न एजति – કંપતો નથી, उ अन्तिके – અત્યંત સમીપ છે, अस्य – આના, सर्वस्य – સમસ્ત જગતના, अन्तः – માંહે પરિપૂર્ણ છે, सर्वस्य – જગતની, उ बाह्यतः – બહાર પણ છે.

ભાવાર્થ : બ્રહ્મમાંથી જ જગત પરિણમ્યું છે. તેનું સંચાલન પણ તેઓ

જ કરે છે. આ તત્ત્વ બહુ દૂર છે અને પાસે પણ છે. તે આપની અંદર પણ છે અને બહાર પણ છે. આ પરમાત્માની શક્તિનો મહિમા છે, જે દૂર રહીને પણ પોતાના સગુણ–સાકાર સ્વરૂપે પ્રકટ થઈ લીલા કર્યા કરે છે. ખરે જ આ આખું વિશ્વ બ્રહ્મ છે, પરંતુ તે શ્રદ્ધા અને પ્રેમ વગરના મનુષ્યને દર્શન નથી આપતો કે નથી દેખાતો.

વિવેચન : બ્રહ્મમાંથી જ જગત પરિણામ્યું છે. તેનું સંચાલન પણ તે જ કરે છે. આ તત્ત્વ બહુ દૂર છે અને પાસે પણ છે. તે આપણી અંદર પણ છે અને બહાર પણ છે. આ પરમાત્માની શક્તિનો મહિમા છે, જે દૂર રહીને પણ પોતાના સગુણ–સાકાર સ્વરૂપે પ્રગટ થઈ લીલા કર્યા કરે છે. ખરેખર તો આખું વિશ્વ જ બ્રહ્મ છે. પરંતુ શ્રદ્ધા અને પ્રેમ વગરના મનુષ્યને તે દર્શન નથી આપતો, કે દેખાતો નથી.

જે માણસો વિષયોમાં રચ્યાપચ્યા રહે છે તેનાથી બ્રહ્મ દૂર છે અને વિષયો છોડીને બેઠા છે તેમના માટે બ્રહ્મ નજીક છે. માટે મન અને બુદ્ધિને એવી ટેવ પાડવી જોઇએ કે તે વિષયોથી દૂર થઈ શકે.

ભગવાન આપણું શરીર ચાલાવે છે, આપણું શરીર અનેક પ્રવૃત્તિઓ કરે છે તે પણ પરમાત્મા જ કરાવે છે. તે કયાં બેસીને કેમ કરાવે છે તે આપણે જાણી શકતા નથી, તે જ બતાવે છે કે ભગવાન આપણી અંદર બેઠેલા છે. આપણા અસ્તિત્ત્વનું ભાન થવું તેમજ આપણામાં ક્રિયાશક્તિ અનુભવવી તેનો અર્થ જ એ કે પરમાત્મા આપણી અંદર જ છે. પરમાત્માની આ શક્તિ આપણી અંદર રહેલી છે તે જાણવું બહુ મહત્ત્વનું છે. આ જ ભગવાન બીજા બધાની અંદર પણ બેઠેલા છે. આ તત્ત્વજ્ઞાન જાણવાથી દરેક પ્રત્યે આત્મિકભાવ જોવા મળે તો ભગવાન આપણાથી દૂર કેવી રીતે હોઈ શકે?

જે અજ્ઞાની લોકો આ ભાવથી પરમાત્માને નહીં જુએ તે પરમાત્માથી બહુ દૂર છે. આ સમસ્ત જગતનો આધાર અને કારણ પરમાત્મા જ છે. તેથી તે બધે જ પરિપૂર્ણ છે. પરંતુ તે શ્રદ્ધા અને પ્રેમ વગરના મનુષ્યને દર્શન

નથી આપતો, કે નથી દેખાતો.

યસ્તુ સર્વાણિ ભૂતાનિ આત્મન્યેવાનુપશ્યતિ ।

સર્વભૂતેષુ ચાત્માનં તતો ન વિજુગુપ્સતે ॥૬॥

શબ્દાર્થ : તુ – પરંતુ, યઃ – જે માણસ, સર્વાણિ – બધાં, ભૂતાનિ – પ્રાણીઓને, આત્મનિ – પરમાત્મામાં, એવ – જ, અનુપશ્યતિ – હંમેશાં જુએ છે, ચ – અને, સર્વભૂતેષુ – સર્વ પ્રાણીઓમાં, આત્માનમ્ – પરમાત્માને જુએ છે, તતઃ – ત્યાર બાદ, ન વિજુગુપ્સતે – તે કોઈથી ઘૃણા કરતો નથી.

ભાવાર્થ : પ્રભુ કે બ્રહ્મમાં સર્વની એકતા રહેલી છે. એક બ્રહ્મ જ સર્વમાં વાસ કરે છે. સર્વ ભૂતોમાં પ્રભુને જોવા અને પ્રભુમાં સર્વ ભૂતોને જોવા, આવી દૃષ્ટિ જેનામાં જોવા મળે છે તેને સર્વત્ર હરિદર્શન થાય છે, તે જ જ્ઞાની ભક્ત કહેવાય છે. આવી ભાવનાવાળો વ્યક્તિ કશાથી કંટાળતો નથી કે તેને કોઈનો ડર રહેતો નથી. તે વ્યક્તિ કોઈની સાથે ઘૃણા કે દ્વેષ કરતો નથી. તે બધામાં પ્રભુભાવથી દર્શન કરે છે. આ વિચાર તેનામાં બ્રાતૃભાવ, માનવજાતિની એકતાનો ભાવ સ્થાપી બધાની સેવા કરે છે અને બધાને સુખ આપે છે.

વિવેચન : આ વિશ્વ પરમાત્માનો જ આવિર્ભાવ છે. પરમાત્મા પોતે અંતર્યામી તરીકે તેમજ અંતઃકરણ અને પંચમહાભૂત રૂપે સર્વ જીવોમાં રહેલા છે. પરંતુ વિશ્વમાં દરેક જીવને પ્રવૃત્ત રાખવા માટે પરમાત્માએ અવિદ્યાનું સર્જન કર્યું છે. જેને કારણે દરેક વ્યક્તિ દરેક જીવના સ્થૂળ સ્વરૂપને જોઈને તેને પરમાત્માથી અલગ છે તેવું સમજે છે. એટલે કે દરેક જીવ પરમાત્માનો જ આવિર્ભાવ છે, એ સત્ય તે ભૂલી જાય છે. તેના કારણે તે અન્ય જીવો પ્રત્યે ભેદ, ઘૃણા કે દ્વેષભાવ પેદા કરે છે. પરંતુ જ્યારે તેને જ્ઞાન વડે સત્યનો સાક્ષાત્કાર થાય છે અને દરેક જીવમાં પરમાત્માને જુએ છે ત્યારે પોતે અન્ય જીવ પ્રત્યે ઘૃણા કે ભેદ જોતો નથી.

તેવી જ રીતે પરમાત્મામાં પણ સર્વભૂતોને જુએ છે ત્યારે તેને સર્વત્ર

(૨૧)

પરમાત્માનાં જ દર્શન થાય છે. સર્વની અંદર એક જ પરમાત્માને જુએ છે ત્યારે કોઈ જ ભેદ, દ્વેષ કે ઘૃણા રહેતી નથી. અનંત આત્મા જ મનુષ્યનું સાચું સ્વરૂપ છે.

યસ્મિન્સર્વાણિ ભૂતાનિ આત્મૈવાભૂદ્વિજાનતઃ ।

તત્ર કો મોહઃ કઃ શોક એકત્વમનુપશ્યતઃ ।।૭।।

શબ્દાર્થ : યસ્મિન્ – જે સ્થિતિમાં, વિજાનતઃ – પરબ્રહ્મ પરમેશ્વરને સારી પેઠે જાણનારા મહાન પુરુષને, સર્વાણિ – બધાં, ભૂતાનિ – પ્રાણીઓ, આત્મા – કેવળ પરમાત્મસ્વરૂપ, એવ – જ, અભૂત્ – થઈ જાય છે, તત્ર – એ અવસ્થામાં, એકત્વમ્ – એકતાનો, કેવળ પરમેશ્વરનો, અનુપશ્યતઃ – નિરંતર સાક્ષાત્કાર કરનારા પુરુષ માટે, કઃ – ક્યો, મોહઃ – મોહ, કઃ – ક્યો, શોકઃ – શોક ?

ભાવાર્થ : આ આખા વિશ્વનું સર્જન પરમાત્માએ કર્યું છે. તેમાં આવેલા બધા જ પદાર્થો પ્રભુના છે અને તેમાં પણ પ્રભુ રહેલો છે તેમ સમજી જે તેને પ્રેમ કરે છે. તેને મોહ કે શોક રહેતા નથી. કારણ કે તેને બધું પ્રભુરૂપ કે પ્રભુનું લાગે છે. સર્વત્ર ભગવાન છે અને તે જ મારું જીવન ચલાવે છે. પ્રભુ જે કંઈ કરે છે તે મારા હિતમાં છે, તેટલો વિશ્વાસ પ્રભુ પર થાય તો પણ મોહ કે શોક થાય નહીં. ભગવાનની ભક્તિથી અહમ્ ઓછો થાય અને ભય રહે નહીં. આવા ભકતને પ્રભુ અને પ્રભુની લીલા સિવાય બીજું કંઈ દેખાતું નથી. તેની દ્રષ્ટિ પણ ભગવદ્ દ્રષ્ટિ બની જાય છે.

વિવેચન : મનુષ્યને મોહના કારણે 'હું' ભાવ પેદા થાય છે, જેથી તે પોતાની આસપાસ એક દીવાલ ઊભી કરી પોતાની જાતને સીમામાં બાંધી, સંકુચિત અને મર્યાદિત બનાવી તેટલામાં જ પોતાની દુનિયા સમજીને જીવે છે. તેથી મોહ પેદા થાય છે. મોહમાંથી શોક પેદા થાય છે. તેથી તે દુઃખી થાય છે. આત્મા તો વિશાળ છે, તેને કોઈ મર્યાદા નથી, પરંતુ માણસે પોતાની આસપાસ જે દીવાલો બાંધી છે તેને જ તોડવાની છે. તે માટે જ જ્ઞાન જરૂરી

છે. સાથે તે જ્ઞાનનું આચરણ એટલે તે પ્રમાણેનું કર્મ પણ તેટલું જ જરૂરી છે. આમ જ્ઞાન અને કર્મનો સમન્વય બહુ જ જરૂરી છે.

આ માટે મન અને બુદ્ધિ બન્નેને વિશાળતામાં લઈ જઈ, તેમને વિશ્વ માટે કાર્ય કરતાં કરવાનાં છે. પછી બધું જ વિશાળ બની આત્મભાવમાં ભળી એકરૂપ થઈ જશે. ત્યારે જે દેખીતું દ્વૈત છે તે દૂર થાય છે અને એક જ થઈ, બધું અદ્વૈત બની જાય છે. પછી કોઈ શોક કે મોહ રહેતો નથી; પછી કોઈ દુ:ખ પણ રહેતું નથી.

આ જગત એ પરમાત્માની ચૈતન્યશક્તિનો આવિર્ભાવ છે. તેમાં ચૈતન્ય જીવાત્માઓની મદદથી પંચમહાભૂત સતત પરિવર્તનશીલ છે, જેથી તે સતત બદલાયા કરે છે અને તે હંમેશાં નવું ભાસે છે.

સ પર્યગાચ્છુક્રમકાયમવ્રણમસ્નાબિરઁ શુદ્ધમપાપવિદ્ધમ્ ।

કવિર્મનીષી પરિભૂઃસ્વયંભૂર્યાથાતથ્યોऽર્થાન્વ્યદધાચ્છાશ્વતીભ્યઃ સમાભ્યઃ ॥૮॥

શબ્દાર્થ : સઃ – તે મહાપુરુષ, શુક્રમ્ – પરમ તેજોમય, અકાયમ્ – સૂક્ષ્મ શરીરથી રહિત, અવ્રણમ્ – છિદ્ર રહિત, અસ્નાવિરમ્ – શિરાઓથી રહિત, શુદ્ધમ્ – પ્રાકૃત નહીં એવુ દિવ્ય સચ્ચિદાનંદ સ્વરૂપ, વ્યાપવિદ્ધમ્ – શુભ કે અશુભ કર્મોના સંપર્કથી શૂન્ય પરમેશ્વરને, પર્યગાત્ – પામે છે, કવિઃ – સર્વદ્રષ્ટા, મનીષી – સર્વજ્ઞ તેમજ જ્ઞાનસ્વરૂપ, પરિભૂઃ – સર્વથી શ્રેષ્ઠ વિદ્યમાન અને સર્વનિયન્તા, સ્વયંભૂઃ – સ્વેચ્છાએ પ્રકટ થનાર, શાશ્વતીભ્યઃ – અનાદિ, સમાભ્યઃ – કાલથી, યથાતથ્યતઃ – સર્વ પ્રાણીઓના કર્મ પ્રમાણે યથા યોગ્ય, અર્થાન્ – સઘળા પદાર્થોની, વ્યદધાત્ – રચના કરતા આવ્યા છે.

ભાવાર્થ : અગાઉના શ્લોકમાં જે મહાપુરુષનું વર્ણન છે તેવા મહાપુરુષ પરમ તેજોમય, લિંગદેહ રહિત, છિદ્ર રહિત, દેહના દોષોથી રહિત, દેહના ગુણોથી સર્વથા અલિપ્ત, દિવ્ય, શુદ્ધ અને શુભાશુભ કર્મ સંપર્કશૂન્ય, સર્વદ્રષ્ટા, સર્વને જાણનારા, બધાને પોતાના નિયંત્રણમાં રાખનારા

સર્વોપરી જે પોતાની ઈચ્છાથી પ્રગટ થનાર એવા પરમાત્માને પ્રાપ્ત કરે છે.

બ્રહ્મને કવિની ઉપમા આપી છે કારણકે તેમનામાં સર્જનનું દર્શન રહેલું છે તે મનીષી છે, દિવ્ય મન દ્વારા સર્જનની વ્યવસ્થા કરે છે અને સ્વયંભૂ હોવા છતાં પરિભૂ છે એટલે ભૂતમાત્રમાં સર્વત્ર તે પોતે જ ભૂતરૂપે બની રહે છે. આ સર્વ સર્જનની રચના (સર્વ પ્રાણીઓ માટે તેમનાં કાર્યો પ્રમાણે પદાર્થની યથાયોગ્ય રચના) જેવી હોવી જોઈએ તેવી પરબ્રહ્મે પોતામાં સૃષ્ટિના આદિકાળથી કરેલી છે અને કાળમાં તે રચના–દર્શનને ભૌતિક રીતે ચરિતાર્થ કરે છે.

વિવેચન : આપણા જીવનમાં પણ પરમાત્માના દર્શનનું ખૂબજ મહત્ત્વ છે, કારણ કે પરમાત્માની અંદર આપણા સહિત સમસ્ત બ્રહ્માંડ આવી જાય છે. માટે એક વખત આપણી સામે પરમાત્માનું સ્વરૂપ સ્પષ્ટ થઈ જાય પછી તે જ્ઞાનમાં એટલી શક્તિ છે કે આપણે પોતે પરમાત્મા જેવા બની પરમાત્માને પ્રાપ્ત કરી શકીએ. પરમાત્મા આપણી અંદર રહેલા છે તેવો એક વખત સંપૂર્ણ વિશ્વાસ થઈ જાય તો આપણને વિષય અને વિકારમાંથી મુક્તિ મળી જાય છે, તેમજ બીજા કોઈ પરિબળોની જરૂર રહેતી નથી. સાધક પોતે પરમાત્મામાંથી સીધી શક્તિ મેળવી શકે છે અને પોતાની આસપાસના વાતાવરણને શુદ્ધ કરી શકે છે.

પરમાત્માને કવિની ઉપમા આપી છે, કારણ કે તેમનામાં સર્જનનું દર્શન રહેલું છે તેમજ તેઓ ક્રાંતદર્શી અને મનીષી છે.

પરમાત્માના કવિરૂપને જાણી કવિ બનવાનો પ્રયત્ન કરવાનો છે. સાચો જ્ઞાનીપુરુષ બુદ્ધિમાન, દીર્ઘદૃષ્ટિવાળો, અનેક ગુણ જાણનારો (ક્રાંતદર્શી) હોવો જોઈએ. તેની વાણી એટલી શ્રેષ્ઠ હોય છે કે તેની વાણી જ કવિતા બની જાય છે. તેની દૃષ્ટિમાં પ્રેમ અને આનંદ હોય છે. તે દરેક વાત પર મનન, ચિંતન કરવાની ટેવવાળો હોવાથી તે મનીષી બની જાય છે. મનીષી એટલે મનના સ્વામી બનવું અથવા મનપર વિજય મેળવવો. મનને

સારા માર્ગે વાળે અને ખરાબ માર્ગે જતું રોકે તે મનીષી પણ છે. માટે જે ક્રાંતદર્શી અને મનીષી હોય તે જ સાચો કવિ બની શકે છે. (મનીષી બનવું કઠિન છે.)

ઋષિ પરિભૂ અને સ્વયંભૂને સમજાવે છે. આ બન્ને શક્તિઓ એકબીજાથી વિરુદ્ધ લાગે છે પરંતુ એક સરખી છે, અથવા એક બીજાની પૂરક પ્રક્રિયાઓ છે. જયારે શક્તિ વિસ્તાર પામે છે તેને પરિભૂ તરીકે ઓખળવાની છે અને તે જ શક્તિ એક જ કેન્દ્રમાં સંકોચાયેલી છે તેને સ્વયંભૂ કહે છે.

પરિભૂ એટલે ચારેબાજુ પ્રસરેલો (વિસ્તાર પામેલો), સર્વવ્યાપી, જે કેન્દ્રમાંથી વિસ્તાર પામેલું છે, જયારે સ્વયંભૂ એટલે ચારેબાજુએથી કેન્દ્રમાં એટલે પોતાની જાતમાં સમાઈ જવું કે સંકોચન પામવું, કેન્દ્રગામી બનવું. જેને બહારની કોઈ જરૂરિયાત રહેતી નથી. તેને બધું જ પોતાની જાતે પ્રાપ્ત કરતાં આવડે છે, પોતે જાતે જ અંદરથી જ પેદા કરી લે છે. પરિભૂ કરતાં સ્વયંભૂ બનવું કઠિન છે. આ જ્ઞાન પ્રાપ્ત થયા પછી સાધક પૂર્ણ તૃપ્ત થઈ જાય છે.

આ સૃષ્ટિની રચના પરમાત્માએ એવી રીતે કરી છે કે સર્વ પ્રાણીઓને તેમના કર્મ પ્રમાણે જેવી જરૂરિયાત છે તેવી રચના આદિકાળથી કરેલી છે.

અન્ધં તમઃ પ્રવિશન્તિ યે અવિદ્યામુપાસતે ।

તતો ભૂય ઇવ તે તમો ય ઉ વિદ્યાયાઁરતાઃ ॥૯॥

શબ્દાર્થ : યે – જે માણસો, અવિદ્યામ્ – અવિધાની, ઉપાસતે – ઉપાસના કરે છે, તેઓ, અન્ધમ્ – અજ્ઞાન સ્વરૂપ, તમઃ – ઘોર અંધકારમાં, પ્રવિશન્તિ – પ્રવેશ કરે છે, વિદ્યાયામ્ – અને જે ફકત વિધામાં જ, રતાઃ – રત છે, તે – તેઓ, તતઃ – તેનાથી, ઉ – પણ, ભૂયઃ – વધારે, તમઃ – અંધકારમાં જાય છે.

ભાવાર્થ : જેઓ ફકત અવિધ્યા (ભૌતિક શિક્ષણ)ની ઉપાસના કરે છે તેઓ ગાઢ અંધકારમાં પ્રવેશ કરે છે અને જેઓ ફકત વિધ્યામાં (આધ્યાત્મિક જ્ઞાન) માં જ રત રહે છે તેઓ તો તેનાથીયે વધારે ઊંડા અંધકારમાં જાય છે.

વિધ્યા – પરમાત્માનું જ્ઞાન (એકરૂપ પ્રભુનું જ્ઞાન)

અવિધ્યા – ભૌતિક જ્ઞાન (બહુત્વનું જ્ઞાન)

જે માણસ ફકત અવિધ્યામાં જ રચ્યો પચ્યો રહેતો હોય અને ફકત કર્મ કર્યા કરે અને ઉપાસનાને ઢોંગ સમજ્યા કરે, તેમજ ભોગ પ્રત્યે આસકત રહીને જીવે, તે વિવિધ યોનિઓમાં જન્મ–મરણનાં ચક્કરમાં ભમ્યા કરે છે.

વિવેચન : પંચમહાભૂત અને અંતઃકરણ સતત બદલાતાં રહે છે. તેનું જ્ઞાન તે અવિધ્યા, જેને ભૌતિક શિક્ષણ કહે છે. જ્યારે આત્મતત્ત્વ કે જેમાં ચૈતન્ય જાગૃત છે તે તથા પરમાત્મા જે આનંદ સ્વરૂપ છે તેનું જ્ઞાન તે વિધ્યા છે. તે અપરિવર્તનશીલ ભાગ છે. આ બંને જરૂરી છે. ગમે તે એકને અનુસરવાથી સફળતા મળતી નથી. બંનેની ઉપાસના સાથે કરવી જોઈએ.

જીવન જીવવા માટે અને મૃત્યુને જિતવા માટે અન્ન, વસ્ત્ર અને રહેઠાણની એટલે કે ભૌતિક વસ્તુની જરૂર પડે, જે આપણને અવિધ્યાના જ્ઞાનથી મળે છે. જો મનુષ્ય એકલી અવિધ્યામાં રચ્યો પચ્યો રહે તો તે વિધ્યાના અભાવે અંધકારમાં જાય છે. જ્યારે જે તે ફકત પરમાત્માના સૂક્ષ્મ સ્વરૂપની જ ઉપાસના કરે છે અને ભૌતિક જીવનની ઉપેક્ષા કરે છે તે ગાઢ અંધકારમાં જાય છે. તે આનંદ મેળવી શકતો નથી. દેહને સાચવવા અનેક વસ્તુઓની જરૂર પડે છે. તેના વગર દેહ નહીં સચવાય અને સાધના અધૂરી રહી જાય તથા સાધક મૃત્યુને પામે છે.

આમ બંને વિધ્યા એકબીજાની પૂરક છે, જેથી બંને સાથે જરૂરી છે. અને તે એકબીજાની સહાયક છે. બંને વિધ્યાનો સમન્વય હોય તો જ જીવન છે અને આધ્યાત્મિક પ્રગતિ પણ થઈ શકે છે.

અન્યદેવાહુર્વિદ્યયા અન્યદાહુરવિદ્યયા ।

ઇતિ શુશ્રુમ ધીરાણાં યે નસ્તદ્વિચચક્ષિરે ।।૧૦।।

શબ્દાર્થ : વિદ્યયા – જ્ઞાનના યથાર્થ અનુષ્ઠાનથી, અન્યત્ એવ – બીજું જ ફળ, આહુઃ – કહ્યું છે, અવિદ્યયા – કર્મોના યથાર્થ અનુષ્ઠાનથી, અન્યત્ – બીજું જ ફળ, ઇતિ – આ પ્રમાણે, ધીરાણામ્ – ધીર પુરુષોનાં, શુશ્રુમ – વચનો સાંભળ્યાં છે, યે – જેમણે, નઃ – અમને, તત્ – એ વિષયની, વિચચક્ષિરે – વ્યાખ્યા કરીને સારી પેઠે સમજાવ્યો હતો.

ભાવાર્થ : વિદ્ધા (આધ્યાત્મિક શિક્ષણ) તથા અવિદ્ધા (ભૌતિક શિક્ષણ) બંનેના ફળ જુદાં જુદાં છે એવું અમને વિવેકી માણસો પાસેથી જાણવા મળ્યું છે. તેમણે અમને આ વિષય વિગતવાર સમજાવ્યો છે.

વિવેચન : અવિદ્ધા અને વિદ્ધા જીવનના ખૂબ જ અગત્યના અંગો છે. બંનેનાં પોતપોતાનાં અલગ–અલગ ફળ છે. અવિદ્ધાનું જ્ઞાન અને કર્મ ભૌતિક સમૃદ્ધિ આપે છે અને વિદ્ધાનું જ્ઞાન અને ઉપાસના આધ્યાત્મિક સમૃદ્ધિ આપે છે, એટલે કે શાંતિ અને આનંદ આપે છે.

જે વ્યક્તિઓ મનુષ્ય જીવન ઉપર સંશોધન કરી રહ્યા છે તેમનું તારણ પણ એવું છે કે ફકત કર્મમાં પ્રવૃત્ત રહેવાથી ભૌતિક સંપત્તિ મળે છે, પણ શાંતિ અને આનંદ મળતો નથી. જ્યારે ફકત આધ્યાત્મિક ઉપાસનામાં જે લોકો રત રહે છે તેમને શારીરિક તંદુરસ્તી મળતી નથી. કારણ કે તેમણે ભૌતિક જીવનની ઉપેક્ષા કરી છે. આમ બંનેના ફળ અલગ અલગ છે. પરંતુ બંનેનો સાથે ઉપયોગ કરવો જરૂરી છે; તો જ સફળતા મળે છે.

વિદ્યાં ચાવિદ્યાં ચ યસ્તદ્વેદોભયઁ સહ ।

અવિદ્યયા મૃત્યું તીર્ત્વા વિદ્યયાઽમૃતમશ્નુતે ।।૧૧।।

શબ્દાર્થ : યઃ – જે માણસ, તત્ ઉભયમ્ – તે બન્નેને, વિદ્યામ્ – જ્ઞાન તત્ત્વને, ચ – અને, અવિદ્યામ્ – કર્મના તત્ત્વને, સહ – સાથે ને સાથે, વેદ –

ચથાર્થપણે જાણી લે છે, અવિદ્યયા – કર્મોના અનુષ્ઠાનથી, મૃત્યુમ્ – મૃત્યુને, તીર્ત્વા – પાર કરીને, વિદ્યયા – જ્ઞાનના અનુષ્ઠાનથી, અમૃતમ્ – અમૃતને, અશ્નુતે – ભોગવે છે.

ભાવાર્થ : વિદ્યા (એકત્વ) અને અવિદ્યા (બહુત્વ)ને જે સાથે જાણે છે તેમજ આ બંને વિદ્યા પરમ તત્ત્વની અભિવ્યક્તિ છે એમ જે જાણે છે તે અવિદ્યાથી મૃત્યુરૂપ આ સંસારને તરી જાય છે, અને વિદ્યાથી અમૃત્ત્વને પામે છે.

વિવેચન : જીવન જીવવા માટે અવિદ્યા અને વિદ્યા બંનેની જરૂર છે. આમ દેખીતી રીતે બંને અલગ લાગે છે પણ બંનેના ધ્યેય એક જ છે. જીવનનો અંત મૃત્યુ છે, માણસને મૃત્યુનો ભય છે. મૃત્યુને દૂર રાખવા માટે અવિદ્યા જરૂરી છે. પરંતુ જન્મ થયો એટલે મૃત્યુ તો નક્કી જ છે. આ મૃત્યુનું રહસ્ય જાણવા માટે વિદ્યા જાણવી બહુ જરૂરી છે. વિદ્યાના જ્ઞાન વડે મૃત્યુનું રહસ્ય સમજાય છે કે આપણું મૃત્યુ કદી થતું નથી. મૃત્યુ તો ફક્ત દેહનું જ થાય છે. આત્મા તો અજર, અમર, અવિનાશી છે. તે તો દેહ બદલે છે અને નવું જીવન ધારણ કરી નિરંતર જીવતો રહે છે. આ જ્ઞાન મળતાં મનુષ્યને પોતાના સાચા સ્વરૂપનો ખ્યાલ આવે છે અને મૃત્યુનો ભય દૂર થઈ જાય છે.

વિદ્યા અને અવિદ્યા બંનેમાંથી કોઈ જ સંપૂર્ણ નથી. એકલી બંને અધૂરી છે પરંતુ બંને સાથે હોય ત્યારે એક બીજાની ઊણપો દૂર કરી, સહાયક બને છે અને ઉત્તમ પરિણામ આપે છે. અવિદ્યાથી મૃત્યુને તરી જવાય છે પરંતુ તેના વડે અમૃત પામી નથી શકાતું. અમૃત પામવા માટે વિદ્યાની જરૂર પડે. આમ શાસ્ત્રોક્ત જ્ઞાન પ્રમાણે જાણી બન્નેનો સમન્વય કરી અવિદ્યાની મર્યાદા આવે ત્યારે અવિદ્યાને છોડી વિદ્યાનો સહારો લેવો જ પડે છે. તો જ અમૃતને પામી શકાય છે. માટે બંનેનો સમન્વય બહુ જ જરૂરી છે. આમ સમજીને જે જીવન જીવે છે તે સાચો આનંદ અને સુખ પામી પરમતત્ત્વને અનુભવી શકે છે.

અન્ધં તમઃ પ્રવિશન્તિ યેઽસમ્ભૂતિમુપાસતે ।

તતો ભૂય ઇવ તે તમો ય ઉ સમ્ભૂત્યાઁ રતાઃ ॥૧૨॥

શબ્દાર્થ : યે – જે માણસો ફક્ત, અસમ્ભૂતિમ્ – નિર્દોષ, નિરાકાર, સૂક્ષ્મ, પરબ્રહ્મ પરમાત્માની, ઉપાસતે – ઉપાસના કરે છે, અન્ધમ્ – તે અજ્ઞાન રૂપ, તમઃ – ઘોર અંધકારમાં, પ્રવિશન્તિ – પ્રવેશ કરે છે, યે – જેઓ, સમ્ભૂત્યામ્ – જેઓ ફક્ત અક્ષરબ્રહ્મ એટલે કે પરમાત્માના સાકાર સ્વરૂપની ઉપાસનામાં, રતાઃ – રત છે, તે – તેઓ, તતઃ – તેના કરતાં, ઉ – પણ, ભૂયઃ ઇવ – જાણે કે વધારે, તમઃ – અંધકારમાં પ્રવેશ કરે છે.

ભાવાર્થ : જેઓ અસંભૂતિ અર્થાત અવ્યક્ત પ્રકૃતિની જ ઉપાસના કરે છે તેઓ ગાઢ અંધકારમાં પ્રવેશ કરે છે અને જેઓ સંભૂતિ (કાર્યબ્રહ્મ, વ્યક્તરૂપ) માં જ રત રહે છે તેઓ તો જાણે એમના કરતાં પણ વધુ અંધકારમાં પ્રવેશ કરે છે.

વિવેચન : આત્માના અસ્તિત્ત્વની બે સચેતન અવસ્થાઓ શક્ય છે.

અસંભૂતિ એટલે...

(૧) બ્રહ્મનું નિરાકાર અથવા અવ્યક્ત સ્વરૂપ છે. બ્રહ્મનું મૂળરૂપ પરમાત્મા કારણ બ્રહ્મ છે.

(૨) જન્મ સિવાયનું જીવન અથવા સૂક્ષ્મ જીવન છે. તે અજન્મા છે. તેનું વિસર્જન-વિનાશ, અંત, આરંભ કે જન્મ નથી.

(૩) પ્રકૃતિની બહાર રહેલો આત્મા જે આવિર્ભાવ નથી પામતો આ પરમાત્માની ઉત્પત્તિ કશામાંથી થયેલી નથી, જેથી તે અસંભૂતિ કહેવાય છે.

(૪) તેમજ તેને આંતરિક કૃતિ (ક્રિયા), આંતરિક વૃત્તિ, ભાવનામય વિશ્વ અને આંતરશક્તિ પણ કહેવાય છે.

સંભૂતિ એટલે...

(૧) બ્રહ્મનું વ્યક્ત સ્વરૂપ અથવા સાકાર સ્વરૂપ, જગત (કાર્યબ્રહ્મ) જે પરમાત્મામાંથી ઉત્પન્ન થયેલ (સંભવન) છે.

(૨) જીવનમાં જન્મ–ઉત્પત્તિ, આરંભ, વિકાસ, નિર્માણ હોય છે.

(૩) પ્રકૃતિની અંદર રહેલો આત્મા જે આવિર્ભાવ પામે છે એટલે કે પરમાત્મામાંથી ઉત્પન્ન થાય છે. જેથી તેને સંભૂતિ કહે છે. જેને બાહ્ય કૃતિ, વ્યક્ત શક્તિ કે કાર્યબ્રહ્મ કહે છે.

આ બંને બ્રહ્મ એક જ છે. પરબ્રહ્મ પરમાત્મા બ્રહ્મનું મૂળ સ્વરૂપ છે (અસંભૂતિ) જયારે આ દેખીતું જગત તે બ્રહ્મનું કાર્યબ્રહ્મ સ્વરૂપ છે (સંભૂતિ) કારણ કે તે પરમાત્મામાંથી જ ઉત્પન્ન થયેલું છે. આ બંને પોતાની રીતે અલગ અલગ અને શ્રેષ્ઠ છે પરંતુ બંને સાથે હોય તો પૂર્ણ જીવન બની શકે છે અને અતિ ઉત્તમ પરિણામ આપે છે.

તેને ઉદાહરણરૂપે સમજીએ તો – કામનું રાખો અને નકામું ફેંકી દો. આ બંને વિરુદ્ધ ક્રિયા છે પરંતુ બંનેનો સ્વીકાર જરૂરી છે. ગમે તે એકનો સ્વીકાર કરવાથી પરિણામ સારું નથી આવતું. બંને સાથે હોય તો કાર્ય ઉત્તમ થાય છે. તેવી જ રીતે જન્મ અને મરણ વિરુદ્ધ ક્રિયા છે પરંતુ તે બંનેના સમન્વયથી જીવન પૂર્ણ થાય છે. અને સાચી સફળતા મળે છે. જેના પરિણામ રૂપે સુખ, શાંતિ, આનંદ, જ્ઞાન, સમૃદ્ધિ મળે છે. ટૂંકમાં કાતર અને સોય બંને જરૂરી છે. તો જ કપડાનું નિર્માણ શક્ય બને છે.

જેઓ ફક્ત પરમાત્માના નિરાકાર સ્વરૂપની (અસંભૂતિની) જ ઉપાસના કરે છે, એટલે કે પરમાત્માના સાકાર સ્વરૂપની (સંભૂતિની) ઉપેક્ષા કરે છે તેઓ અંધકારમાં જાય છે કારણ કે તેઓ પોતાના શરીરની તથા સમષ્ટિની વ્યવસ્થાનો સ્વીકાર કરતા નથી. જે લોકો જીવન જરૂરિયાતની વસ્તુઓ જે શરીરની કાળજી માટે જરૂરી છે તેનો સ્વીકાર કરતા નથી, તેથી મૃત્યુ પામે છે અને સાધના અધૂરી રહી જાય છે. જેને કારણે તેઓ અંધકારમાં જાય છે એટલે કે તેઓ શ્રેષ્ઠ જીવન જીવી શકતા નથી.

પરંતુ જે લોકો ફક્ત પરમાત્માના સાકાર સ્વરૂપમાં (સંભૂતિમાં) જ રચ્યાપચ્યા રહે છે અને પરમાત્માના નિરાકાર સ્વરૂપની ઉપેક્ષા કરે છે. તેઓ જાણતા નથી કે સાકાર સ્વરૂપનું મૂળ નિરાકાર સ્વરૂપમાં છે એટલે જગતને ચલાવનાર કાર્યબ્રહ્મની પાછળ પરબ્રહ્મ સર્વોપરી શક્તિ રહેલી છે. તેનો સ્વીકાર કરતા નથી તેઓ તેનાથી પણ વધુ અંધકારમાં જાય છે. તેમજ તેઓ કોઈ પણ હિસાબે શ્રેષ્ઠ પ્રકારનું જીવન જીવી શકતા નથી અને જન્મ–મરણના ચક્કરમાં ભમ્યા કરે છે.

अन्यदेवाहुः सम्भवादन्यदाहुरसम्भवात् ।

इति शुश्रुम धीराणां ये नस्तद्विचचक्षिरे ॥૧૩॥

શબ્દાર્થ : सम्भवात् – અવિનાશી બ્રહ્મની ઉપાસનાથી, अन्यत् एव – બીજું જ ફળ, आहुः – બતાવે છે, असम्भवात् – વિનાશશીલ દેવ–પિતર– મનુષ્ય વગેરેની ઉપાસનાથી, अन्यत् – બીજું જ ફળ, इति – આ પ્રમાણે, धीराणाम् – તે ધીર પુરુષોનાં, शुश्रुम – વચનો સાંભળ્યાં છે, ये – જેમણે, नः – અમને, तत् – તે વિષય, विचचक्षिरे – સ્પષ્ટ કરીને સારી પેઠે સમજાવ્યો છે.

ભાવાર્થ : શ્રેષ્ઠ પુરુષોએ તેમના અનુભવ અને જ્ઞાનને આધારે સંભૂતિ અને અસંભૂતિ વિશે સામાન્ય માણસો સમજે છે તેવું ફળ નથી પરંતુ સંભૂતિ વડે મળતું ફળ જુદું છે અને અસંભૂતિથી મળતું ફળ કંઈક અલગ છે.

વિવેચન : સંભૂતિ અને અસંભૂતિ બંનેની અલગ અલગ ઉપાસના કરવામાં કંઈ જ ખોટું નથી. કાર્યબ્રહ્મ એટલે સંભૂતિ જેનું ફળ કંઈક અલગ છે અને પરબ્રહ્મ પરમેશ્વર એટલે અસંભૂતિથી મળતું ફળ પણ કંઈક અલગ છે, એમ ધીર પુરુષો દ્વારા સાંભળ્યું છે. આ બંને અલગ અલગ છે પરંતુ બંનેની જરૂર છે. પરંતુ તેમની આસક્તિ ન હોવી જોઈએ. આ બંનેનો સમન્વય જરૂરી છે. સંભૂતિ કે અસંભૂતિ બંને પોતાની રીતે ઉત્તમ જ છે. બંનેમાં અદ્ભુત શક્તિ રહેલી છે પરંતુ એકલી હોય ત્યારે તે ઊણપ ધરાવે છે. આ

(૩૧)

બંને શક્તિઓ સાથે કાર્ય કરે છે ત્યારે તે વધુ શક્તિથી કાર્ય કરી શકે છે અને ઉત્તમ પરિણામ આપે છે.

જો કોઈ માણસ એકલી સમૃદ્ધિ અને સત્તામાં જ રચ્યો પચ્યો રહે છે તો તે કદી સુખી થતો નથી અને અંધકારમાં જાય છે. જ્યારે કોઈ માણસ એકલી ભક્તિ કે ઉપાસનામાં જ રહે છે તે તેના કરતાં પણ વધુ અંધકારમાં જાય છે અને દુ:ખી થાય છે. માટે બંનેને અલગ અલગ રીતે સમજી બંનેને સાથે રાખવાથી અને યોગ્ય રીતે સમજપૂર્વક ઉપયોગ કરવાથી જ શ્રેષ્ઠ લાભ થાય છે. આ ઋષિ અને જ્ઞાની પુરુષોએ પોતાના અનુભવ અને સમજને આધારે સમજાવ્યું છે.

સમ્ભૂતિં ચ વિનાશં ચ યસ્તદ્વેદોભય ँ સહ ।

વિનાશેન મૃત્યું તીર્ત્વાઽસમ્ભૂત્યાઽમૃતમશ્નુતે ।।૧૪।।

શબ્દાર્થ : યઃ – જે માણસ, તત્ ઉભયમ્ – તે બન્નેને, સમ્ભૂતિમ્ – અક્ષરબ્રહ્મ (પરમાત્માના સાકાર સ્વરૂપ), ચ – અને, વિનાશેમ્ – વિનાશ કરનાર પરમાત્માના નિરાકાર સ્વરૂપ બંનેને, સહ – સાથે સાથે, વેદ – બરાબર જાણી લે છે, વિનાશેન – શરીરનો વિનાશ થવાથી, મૃત્યુમ્ – મૃત્યુને, તીર્ત્વા – પાર કરીને (જીવતા રહીને), (અ) સમ્ભૂત્યા – અક્ષરબ્રહ્મ (પંચમહાભૂત અને અંતઃકરણ વડે) તેની ઉપાસનાથી, અમૃતમ્ – અમૃતને, અશ્નુતે – ભોગવે છે.

ભાવાર્થ : સંભૂતિ (જન્મ, કાર્યબ્રહ્મ, વિકાસ, બાહ્યક્રિયા, વ્યક્ત શક્તિ, સંભવન) અસંભૂતિ (અજન્મા, પરબ્રહ્મ પરમાત્મા, વિનાશ-વિસર્જન, અવ્યક્ત શક્તિ, આંતરિક ક્રિયા) આ બંને સાથે જે આત્મતત્ત્વના પ્રકાશમાં એટલે આત્મતત્ત્વને આધારે અસંભૂતિ વડે મૃત્યુને તરીને સંભૂતિ વડે અમૃતને પામે છે.

વિવેચન : સંભૂતિ કે અસંભૂતિ બંનેમાંથી એક પણ અસ્થાને નથી. બંનેનું મહત્ત્વ એટલું (સરખું) જ છે. બંનેમાંથી કોઈપણ એકની ઉપાસના

બીજાને છોડીને કરવાથી સફળતા નહીં મળે, પરંતુ બંનેને સાથે રાખી એટલે સંભૂતિ અને અસંભૂતિની સાથે ઉપાસના કરવાથી અસંભૂતિ વડે મૃત્યુને તરી જાય છે જ્યારે સંભૂતિ પ્રગતિ કરતી જાય છે અને તે આત્મતત્ત્વની સાથે પ્રગતિ કરી સંભૂતિ વડે અમૃત તત્ત્વને આ જન્મમાં જ પામે છે.

જ્યારે માણસ સત્યને જાણ્યા વગર સંસાર અને વૈભવના મોજ-શોખમાં પડી જાય છે અને જે એકલી સંભૂતિને જ અનુસરે છે, જે અસંભૂતિનો અનાદાર કરે છે ત્યારે પોતાની સમતુલા ગુમાવી બેસે છે. માણસ પોતાનું ધ્યેય પ્રાપ્ત કરી શકતો નથી.

તેમજ કોઈ માણસ સમજ્યા વગર સંસારનો ત્યાગ કરી અસંભૂતિની જ ઉપાસના કરે છે અને સંભૂતિની ઉપેક્ષા કરી તપસ્યાના નામે પોતાની જાતને કષ્ટ આપે, દમન કરે, ભૂખ્યો રહે તેમજ બધી લાગણીઓને નષ્ટ કરી નાખે અને પોતાની જાતને નષ્ટ કરી નાખે તે અજ્ઞાનતા છે. તે માણસ અંધકારમાં જાય છે અને અમૃતને પામી શકતો નથી.

આમ એકલી સંભૂતિ (બાહ્યક્રિયા) કે એકલી અસંભૂતિ (આંતરિક ક્રિયા) માણસને સફળતા અપાવી શકતી નથી, આ સત્યને સમજવું જરૂરી છે. બાહ્યક્રિયા વગર અંદરની આંતરિક ક્રિયા દેખાશે નહીં અને આંતરિક પ્રેરણા વગર બાહ્યક્રિયા ખીલશે નહીં, જેથી બંનેનો સમન્વય બહુ જરૂરી છે.

સાચા ધ્યેયને સિદ્ધ કરવા માટે સંસારમાં રહીને જ વિવેક પૂર્વક સંભૂતિ અને અસંભૂતિનો સમન્વય જરૂરી છે. આ માટે પવિત્ર વિચારો તેમજ ઉત્તમ અને કાર્યક્ષમ કર્મ કરવાનું છે. કર્મ કરતી વખતે પ્રભુ પર વિશ્વાસ રાખી, સ્વાર્થરહિત વ્યવહાર કરવાથી સાચી સફળતા મળે છે અને જીવન ઉત્તમ બની જાય છે.

અસંભૂતિ વડે અહમનું વિસર્જન કરીને જન્મની આસક્તિથી પર થઈ આત્મા મૃત્યુને તરી જાય છે. જ્યારે સંભૂતિ વડે તે આત્માને બાંધતો નથી અને મુક્ત રહી, ત્યાગભાવ વડે વિકાસ દ્વારા આત્માને સિદ્ધિના પ્રવેશ દ્વારે

દોરી જાય છે અને પરમાત્મા સાથે એકરૂપતા સાધી પરબ્રહ્મ પરમાત્માના આનંદને જીવનમાં પામે છે. પછી તે દિવ્ય જીવન પ્રાપ્ત કરી મનુષ્ય, જગત અને ઈશ્વર સુધી ધીમે ધીમે સંભૂતિ અને અસંભૂતિના સમન્વયથી વિકાસ કરી શકે છે અને જીવનનો હેતુ સિદ્ધ થાય છે.

હિરણ્મયેન પાત્રેણ સત્યસ્યાપિહિતં મુખમ્ ।

તત્ત્વં પૂષન્નપાવૃણુ સત્યધર્માય દૃષ્ટયે ।।૧૫।।

શબ્દાર્થ : પૂષન્ – હે સર્વનું ભરણ પોષણ કરનારા પરમેશ્વર, સત્યસ્ય – સત્ય સ્વરૂપ આપ સર્વેશ્વરનું, મુખમ્ – મુખ, હિણ્મયેન – જ્યોતિર્મય સૂર્યમંડલરૂપ, પાત્રેણ – પાત્રથી, અપિહિતમ્ – ઢંકાયેલું છે, સત્યધર્માય – આપની ભક્તિરૂપ સત્યનું અનુષ્ઠાન કરનારા મને, દૃષ્ટયે – આપના પોતાના દર્શન કરાવવા માટે, તત્ – તે આવરણને, ત્વમ્ – આપ, અપાવૃણુ – દૂર કરી નાખો.

ભાવાર્થ : સત્ય (પરમાત્માનું) મુખ સુવર્ણમય પાત્રથી ઢંકાયેલું છે. જ્યાં સુધી તે ઢાંકણ દૂર ન થાય ત્યાં સુધી પરમાત્માનાં દર્શન ન થાય.

વિવેચન : સાધક અને પરમાત્માની વચ્ચે મોહ, માયા, ભોગ, ધન, લોભનું એક એવું માયાવી સોના જેવું ઝળહળતું આવરણ છે કે જેના કારણે પરમાત્માનું સત્ય સ્વરૂપ ચારે બાજુ આવેલું હોવા છતાં તેમનું પ્રકાશમય સ્વરૂપ જોઈ શકાતું નથી. ભક્ત ભક્તિ કરતાં કરતાં એટલી સિદ્ધિ પ્રાપ્ત કરે છે પરંતુ જ્યારે પરમાત્માના અંતિમ રૂપને જોવાનું છે ત્યારે આ મોહક માયાવી આવરણો વચ્ચે આવે છે, જેના કારણે પરમાત્માનાં દર્શન થતાં નથી. ભક્ત એટલી સાધના કરે છે કે તે પ્રભુની માયા પાસે આવીને થોભી જાય છે. જે માયા એટલી શક્તિશાળી છે કે સાધક થાકી જાય છે ત્યારે પ્રભુને પ્રાર્થના કરે છે કે હે પ્રભુ હું તારા શરણે છું, તને સમર્પિત છું. મારે તારો સાક્ષાત્કાર કરવો છે તો આ માયારૂપી સોનાના ઢાંકણને દૂર કરી તમારા સત્ય સ્વરૂપને બતાવો.

જયારે ઈશ્વરકૃપા તેના પર થતાં તે વિશુદ્ધ થઈ જાય છે ત્યારે બધા જ અવરોધો દૂર થઈ જાય છે અને સાક્ષાત પરમાત્માનો તેજોમય પ્રકાશ દેખાય છે.

પૂષન્નેકર્ષે યમ સૂર્ય પ્રાજાપત્ય વ્યૂહ રશ્મીન્સમૂહ ।

તેજો યત્તે રૂપં કલ્યાણતમં તત્તે પશ્યામિ

યોઽસાવસૌ પુરુષઃ સોઽહમસ્મિ ॥૧૬॥

શબ્દાર્થ : હે પૂષન્ – હે ભક્તોનું પોષણ કરનારા, એકર્ષે – મુખ્ય જ્ઞાનસ્વરૂપ, યમ – હે સર્વના નિયંતા, સૂર્ય – હે ભક્તો અથવા જ્ઞાનીઓના પરમ લક્ષ્યરૂપ, પ્રાજાપત્ય – હે પ્રજાપતિના પ્રિય, રશ્મિન્ – આ રશ્મિઓને, વ્યૂહ – સમેટી લો અથવા ખસેડી લો, તેજઃ – આ તેજને, સમૂહ – ભેગું કરી લો, યત્ – જે, તે – તમારું, કલ્યાણતમમ્ – અતિશય કલ્યાણમય, રૂપમ્ – દિવ્ય સ્વરૂપ છે, તત્ – તે, તે – તમારા દિવ્ય સ્વરૂપને, પશ્યામિ – હું આપની કૃપાથી ધ્યાન વડે જોઈ રહ્યો છું, યઃ – જે, અસૌ – તે, પુરુષઃ – પરમ પુરુષ, અહમ્ – હું, અસ્મિ – તે જ છું.

ભાવાર્થ : હે જગતનું પોષણ કરનારા જ્ઞાનસ્વરૂપ, વિશ્વપોષક પ્રભુ, હું તમારો સાચો ભક્ત છું. મારે તમારા મૂળ સ્વરૂપનાં દર્શન કરવાં છે, તો તમારા તેજને ભેગું કરી લો જેથી અતિશય કલ્યાણકારી તમારા રૂપને જોઈ શકું. જયારે પરમાત્માનાં દર્શન થાય છે ત્યારે ખબર પડે છે કે આ પુરુષ છે તે હું જ છું.

વિવેચન : અહીં પરમાત્માને સૂર્યની ઉપમા આપી છે, કારણ કે સૂર્ય પૃથ્વી પરનાં બધાં પ્રાણીઓ માટે જીવનદાતા છે. તેવી જ રીતે તે આ જગતનું પોષણ કરનારી શક્તિ તે પરમાત્મા છે, પરંતુ મનુષ્ય મોહ ને માયામાં અંધ હોવાને કારણે તે પરમાત્માને ચારેબાજુ હોવા છતાં જોઈ શકતો નથી.

ભક્ત પરમાત્માને પ્રાર્થના કરે છે કે હે પ્રભુ આપના પ્રકાશને ખસેડી લો, સમેટી લો, મારી આંખો પ્રકાશમાં અંજાઈ જાય છે જેથી તે પ્રકાશ દૂર થાય તો હું તમારા અસલ સ્વરૂપને જોઈ શકું. તો મારા ઉપર કૃપા કરો.

પરમાત્મા બધાનો પિતા છે. તે સૌનું પાલન પણ કરે છે. તે બધાને સાચા માર્ગે લઈ જનારા છે અને ખોટા માર્ગે જતાને રોકનાર પણ તે જ છે. આપણને બધાજ પ્રકારની શક્તિ આપનાર છે. તેમને જોવા કે ઓળખવા મનુષ્ય કેટલાય જન્મોથી પ્રયત્ન કરી રહ્યો છે. અંતે અજ્ઞાનનો પડદો દૂર થતાં જયારે તેને પરમાત્માનું કલ્યાણકારી તેજોમય રૂપ દેખાય છે ત્યારે તેને અનુભવ થાય છે કે આ તો હું જ છું. તેનામાં અને મારામાં કોઈજ ફરક નથી. પરમાત્માથી હું જુદો નથી કે પરમાત્મા મારાથી જુદા નથી, બંને એક જ છીએ. હવે મારા અને પરમાત્મા વચ્ચે કોઈ ભેદ નથી, જેથી દ્વૈત રહેતું નથી. હું જ પરમાત્મા છું તેવો ખ્યાલ આવે છે.

વાયુરનિલમમૃતમથેદં ભસ્માન્તઁ શરીરમ્ ।

ૐક્રતો સ્મર કૃતઁ સ્મર ક્રતો સ્મર કૃતઁ સ્મર ।।૧૭।।

શબ્દાર્થ : અથ – હવે, વાયુઃ – આ પ્રાણ અને ઈન્દ્રિયો, અમૃતમ્ – અવિનાશી, અનિલમ્ – સમષ્ટિ વાયુ તત્ત્વમાં, પ્રવિશતુ – દાખલ થઈ જાય, ઇદમ્ – આ, શરીરમ્ – સ્થૂળ શરીર, ભસ્માન્તમ્ – અગ્નિમાં બળી જઈને ભસ્મરૂપ, ભૂયાત્ – થઈ જાય છે, ૐ – હે સત્‌–ચિત્‌–આનંદધન !, ક્રતો – યજ્ઞમય ભગવાન, સ્મર – તમે મને સંભાળજો, કૃતમ્ – મારા વડે કરાયેલાં કર્મોનું, સ્મર – સ્મરણ કરજો.

ભાવાર્થ : મારી પ્રાણ શક્તિ અમર પ્રાણમાં ભળી જાય પછી આ મૃત શરીર ભસ્મ થઈ જશે. ૐ, હે મારા સંકલ્પાત્મક મન તારા સત્‌કૃત્યોનું હવે તું સ્મરણ કર, પોતે કરેલાં કર્મોનું સ્મરણ કર.

વિવેચન : આત્માની ઉત્ક્રાંતિ માટે દિવ્ય આત્માના પ્રાગટ્ય માટે પ્રકૃતિએ (પંચમહાભૂતમાંથી) નિર્માણ કરેલું સુંદર સાધન તે માનવ શરીર

છે. જે જર્જરિત (ક્ષીણ) થઈ ગયું છે તેનો, વર્ષોથી મારી સેવા કરી છે. હવે સેવા આપવા યોગ્ય રહ્યું નથી. જેથી આત્માને કાર્ય કરવા માટે નવું શરીર ધારણ કરવાની જરૂર છે. આ માટે જ્યારે પ્રાણ શરીરને ત્યાગે પછી તે શરીરને અગ્નિ વડે બાળીને ભસ્મ કરી નાખવામાં આવે છે. પછી દેહ પંચમહાભૂતમાં ભળી જાય છે. જ્યારે આત્મા તો અમર, અવિનાશી છે.

દરેક મનુષ્યે એક સનાતન સત્ય સમજવાની જરૂર છે કે જન્મ થયો એટલે મૃત્યુ નક્કી જ છે. આ શરીર નાશવંત છે. તેનો મોહ ન હોવો જોઈએ. આ સત્ય સમજ્યા પછી દેહભાવ રહેતો નથી. જ્યાં સુધી દેહભાવ હશે ત્યાં સુધી બ્રહ્મભાવ નહીં અનુભવી શકાય. આ માટે દેહને છોડવો પડે, તો જ આત્મા પ્રગતિ કરી શકશે અને બ્રહ્મની સાથે એકતા સાધી બ્રહ્મમાં ભળી જશે. એટલે કે જે બ્રહ્માંડમાંથી આ પ્રાણશક્તિ આવી હતી તેને બ્રહ્મની અમરશક્તિમાં ભળી જવા દો (બ્રહ્મશક્તિ સાથે એક થવા દો).

મનુષ્યે મૃત્યુ વેળાએ નકારાત્મક કે આસક્તિભર્યા વિચારોમાં ન રહેવું જોઈએ. પરમાત્મામાં મન પરોવી હલકા કે સાંસારિક વિચારો કર્યા વગર અંત સમયે ૐ કે પરમાત્માનું રટણ કરવાથી આત્મા સદ્ગતિને પામે છે. દેહભાવને બદલે આત્મભાવમાં રત રહી પરમશક્તિ તરફ ભાવ રાખવો જોઈએ. મૃત્યુના રહસ્યને જાણી મૃત્યુના ભયથી દૂર રહેવું જોઈએ.

કોઈપણ માણસે પોતાના મૃત્યુ પહેલાં કરેલા કર્મોનું સરવૈયું કાઢવું જોઈએ અને મરતાં પહેલાં જેટલું સારું કાર્ય થાય તેમ કરવાથી ભાવિ જીવન સુધરે છે. બાકી રહી ગયેલું કર્મ બુદ્ધિ પૂર્વક પૂર્ણ કરવા પ્રયત્ન કરવો જોઈએ અને વિચારવું જોઈએ કે પોતાની શક્તિનો દુરુપયોગ ન થવો જોઈએ તેમજ જે કર્મ થાય તેનાથી મને અને અન્ય લોકોને ફાયદો થાય તેમ હોવું જોઈએ. જે સંકલ્પ કર્યો હોય તેનો અમલ અને આચરણ થવું જોઈએ. તેમજ લોકોનું કલ્યાણ થવું જોઈએ. આ માટે સારા સંકલ્પનું સતત સ્મરણ કરવું જોઈએ. મનુષ્યના અંતકાળના વિચારોની ઘણી અસરો એના બીજા જન્મ

ઉપર પડે છે, માટે અંત સમયે સારા વિચારો કરવા જોઈએ, સંસારનાં દુઃખો અને મોહ ઈશ્વરના આનંદને ઢાંકી દે છે. મૃત્યુ પછી કર્માનુસાર માણસ (અત્મા) બેમાંથી એક માર્ગે જાય છે, પિતૃચાન અથવા દેવચાન માર્ગે. જેથી અંત સમયે સતત પ્રભુનું જ સ્મરણ કરવું જોઈએ. જેથી બીજો જન્મ ઉત્તમ મળે અથવા જન્મ–મરણામાંથી મુક્તિ મળે.

અગ્ને નય સુપથા રાયે અસ્માન્વિશ્વાનિ દેવ વયુનાનિ વિદ્વાન્ ।

યુયોધ્યસ્મરજ્જુહુરાણમેનો ભૂયિષ્ઠાં તે નમ ઉક્તિં વિધેમ ॥૧૮॥

શબ્દાર્થ : અગ્ને – અગ્નિના અધિષ્ઠાતા દેવતા !, અસ્માન્ – અમને, રાયે – પરમ ધનરૂપ પરમેશ્વરની સેવામાં પહોંચાડવા માટે, સુપથા – સુંદર શુભ માર્ગથી, નય – લઈ ચાલો, દેવ – હે દેવ, વિશ્વાનિ – સઘળાં, વયુનાનિ – કર્મોને, વિદ્વાન્ – જાણનારા છો, અસ્મત્ – અમારા, જુહુરાણમ્ – આ માર્ગનાં પ્રતિબંધક, એનઃ – જે પાપ હોય, યુયોધિ – તમે દૂર કરી નાખો, તે – તમને, ભુયિષ્ઠામ્ – વારંવાર, નમ ઉક્તિમ્ – નમસ્કારનાં વચન, વિધેમ – અમે કહીએ છીએ.

ભાવાર્થ : કર્મ કે યજ્ઞના અધિષ્ઠાતા દેવ અગ્નિ મનાય છે, જેથી હે અગ્નિદેવ તમે મારાં કર્મોને જાણો છો, સર્વને જાણનાર છો તો અમને સરળ માર્ગે પરમતત્ત્વ તરફ લઈ જાઓ. અમારું એવું કોઈ કર્મ થયું હોય, જે માર્ગમાં આવતું હોય તો મારા તેવા કર્મને માફ કરી દો. તેમજ અમને પાખંડ કે પાપથી દૂર રાખી સદ્‌માર્ગે વાળી જ્ઞાન અને સારાં કર્મો વડે પ્રગતિના પંથે લઈ જાઓ. હે પ્રભુ મારા જીવનને શ્રેષ્ઠ બનાવો તેવી ફરી ફરીને પ્રાર્થના કરું છું, નમસ્કાર કરું છું (અહીં અગ્નિદેવ એટલે પરમાત્મા જ છે).

વિવેચન : હે અગ્નિદેવ તમે જ્ઞાની છો, સર્વજ્ઞ છો, સર્વોપરી છો, સર્વને જાણનારા છો, તો તમે અમારા પર કૃપા કરી અમને સરળમાર્ગ બતાવો જેથી અમે ખોટા માર્ગે ન જઈએ, અમારી દુર્બળતાને દૂર કરી અમને બચાવો અને પરમના માર્ગે લઈ જાઓ. અમારામાં રહેલી અશુદ્ધિને દૂર કરી

અગ્નિ જેવી શુદ્ધ બનાવી દો, પવિત્ર બનાવી દો અને પ્રેરણા આપો જેથી અમે આડા અવળા ન થઈએ, પાપ ન કરીએ કે અહંકાર ન કરીએ એવી સદ્‌બુદ્ધિ આપજો. એવી પ્રાર્થના કરી, નમ્ર વિનંતી કરીએ છીએ કે અમને શ્રેષ્ઠ માર્ગે લઈ જાઓ.

આ માટે બુદ્ધિના તર્કોને બંધ કરી પરમશક્તિના શરણે જઈ પોતાનું ડહાપણ બંધ કરી, તીવ્ર ઈચ્છા વડે પુરુષાર્થ કરતાં કરતાં પ્રભુને પોતાની જાતને સોંપી સર્વસ્વ અર્પણ કરી દેવાથી પ્રભુ તેની કાળજી લઈ લે છે.

*****

:: પ્રશ્નો અને ઉત્તરો ::

શ્લોક-૧

પ્ર–૧ : ઈશ કોણ છે? કયાં રહે છે?

ઉત્તર : ઈશ એટલે પ્રભુ જે સત્ય છે. આ જગતની રચના કરનાર ઈશ છે. આ જગતની રચના કરી પ્રભુ તેની અંદર કણ કણમાં વાસ કરે છે. માટે જગતની તમામ વસ્તુના માલિક પરમાત્મા જ છે. આ જગત છે તે ઈશને વાસ કરવા માટે છે. માનવ શરીરમાં તથા તમામ જીવોમાં પણ પરમાત્માનો ચૈતન્ય અંશ આત્મા છે. તે પણ ઈશ જ છે.

પ્ર–૨ : ભોગ એટલે શું? ભોગ કેમ ભોગવાય?

ઉત્તર : આ જગતની રચના પરમાત્માએ મનુષ્યને ભોગવવા માટે જ કરી છે, પરંતુ તેને ભોગવવા માટે જરૂરિયાત પૂરતો જ ઉપયોગ કરવો જોઈએ અને સાદું જીવન જીવવું જોઈએ. તેને ભોગવવા માટેની રીત જાણવી જોઈએ. જરૂરિયાત પૂરતું જ ભોગવવું જોઈએ. જરૂરિયાત સિવાયની વસ્તુઓનો ત્યાગ કરવો જોઈએ. તે માટે ઉપનિષદ કહે છે 'ત્યાગીને ભોગવો' જરૂરિયાતથી વધારે ભોગવવાનો મનુષ્યને અધિકાર નથી. ભોગની પાછળ અંધ બની ભોગ ભોગવે છે તે યોગ્ય નથી.

પ્ર–૩ : આ સૃષ્ટિના માલિક કોણ? આ સૃષ્ટિ પર આવેલી દરેક વસ્તુને કેવી રીતે ભોગવવી જોઈએ?

ઉત્તર : આ સૃષ્ટિનું સર્જન કરનાર પરમાત્મા છે. તેના માલિક પણ પરમાત્મા છે. તો આ બધું જ પરમાત્માનું છે તેમ સમજી

ઉપયોગ કરવો જોઈએ. તે તમામ વસ્તુના આપણો માલિક છીએ તેમ સમજીને ઉપયોગ ન કરવો જોઈએ. આ સૃષ્ટિની તમામ વસ્તુ પરમાત્માની છે, જેથી તેનો ઉપયોગ પણ પ્રભુના કાર્ય માટે જ કરવો જોઈએ.

શ્લોક-૨

પ્ર–૧ : મનુષ્યે કેટલાં વર્ષ જીવવાનું છે ? કેવી રીતે ?

ઉત્તર : મનુષ્યે ૧૦૦ વર્ષ જીવવાનું છે. તે પણ કર્મ કરતાં કરતાં જીવવાનું છે. મનુષ્ય કર્મ કર્યા વગર રહી શકતો નથી, જેથી કર્મ કરતાં કરતાં ૧૦૦ વર્ષ જીવવાની આશા રાખી શકાય.

કોઈપણ કર્મ કરવામાં આવે ત્યારે તેના ફળની આસક્તિ ન હોવી જોઈએ. કર્મ કરીએ પણ તેના ફળની આશા ન રાખીએ, કર્મના ફળને પ્રભુને સોંપી દઈએ તો કર્મનું બંધન નથી લાગતું.

પ્ર–૨ : પરમાત્માએ લીલા કેમ કરી ?

ઉત્તર : પરમાત્માને લીલા કરવાનો વિચાર આવ્યો માટે એકમાંથી અનેક થયા, પરિણામે સૃષ્ટિની રચના થઈ.

પ્ર–૩ : માનવ જીવનની રચના પરમાત્માએ કેવી રીતે કરી ? મનુષ્યે કેમ જીવવું જોઈએ ?

ઉત્તર : પરમાત્માએ આત્મા, અંતઃકરણ અને પંચમહાભૂતની રચના કરી, તેના સંયોજનથી માનવ દેહની રચના કરી જે ૧૦૦ વર્ષ જીવવા માટે છે. તેને સતત કર્મ કરતાં કરતાં ઉચ્ચ, આદર્શ અને ધ્યેય પૂર્વક જીવવું જોઈએ. જીવનને વેડફી નાખવાને બદલે લાંબુ, સુંદર, પ્રભુનાં કાર્યો કરવામાં

વિતાવવું જોઈએ. કર્મયોગી બની પ્રભુને પામવા સતત પ્રભુ ભક્તિમાં લગાવવું જોઈએ.

શ્લોક-૩

પ્ર–૧ : માનવ જન્મ શા માટે છે?

ઉત્તર : પરમાત્માએ ફક્ત માનવને જ વિવેક આપ્યો છે. જેથી માનવ જીવન શ્રેષ્ઠ છે અને તે દુર્લભ પણ છે. જેનો સદ્ઉપયોગ કરી સંસાર સમુદ્રને સુંદર રીતે પાર કરવા માટે તે છે.

પ્ર–૨ : કેવા મનુષ્યો નીચલી યોનિમાં જાય છે?

ઉત્તર : જે મનુષ્ય જીવન દરમ્યાન કેવળ અજ્ઞાનતામાં જીવે છે અને જેને એકલા ભોગો ભોગવવામાં જ રસ છે, જે ફક્ત વિષય, વાસના અને અહંકારમાં જ જીવે છે અને આસુરી ગુણવાલા હોય છે, જે પશુતુલ્ય જીવન જીવતા હોય છે તેવા મનુષ્યો નીચલી યોનિમાં જાય છે. આવા માણસો આત્માનો અવાજ સાંભળતા નથી અને કામ, ક્રોધ, લોભ, મોહ, માયા, અહંકાર અને દંભના કારણે બીજાને નુકસાન કરે છે, તે નર્કમાં જાય છે.

પ્ર–૩ : આત્મહત્યા એટલે શું?

ઉત્તર : જે માણસ આત્માની શક્તિને ઓળખતો નથી, તેમજ આત્માનો અવાજ સાંભળતો નથી અને અજ્ઞાનતામાં જીવે છે અને આત્મશક્તિનો નાશ કરે છે તેને આત્મહત્યા કહે છે.

પ્ર–૪ : નર્ક અને સ્વર્ગ એટલે શું?

ઉત્તર : નર્ક કે સ્વર્ગ કોઈ અલગ દુનિયા કે સ્થાન નથી. મનુષ્ય પોતે કરેલાં કર્મોને જ સ્વર્ગ કે નર્ક રૂપે ભોગવે છે. જ્યારે સારાં કર્મો કરી તેનું સારું ફળ ભોગવે છે તેને સ્વર્ગ કહે છે. તેમજ ખરાબ કર્મો કરી ખરાબ ફળ ભોગવે છે તેને નર્ક કહેવાય છે. આ સ્વર્ગ અને નર્ક પૃથ્વી પર જ ભોગવવાનાં હોય છે.

શ્લોક-૪

પ્ર–૧ : ઈશ કેવા છે?

ઉત્તર : ઈશ (પ્રભુ) કેવા છે તેનું કોઈ વર્ણન કરી શકતું નથી. પ્રભુનું વર્ણન કરનાર બધા જ 'આવા નહીં... આવા નહીં...' કહી થાકી ગયા છે. ઈશ મન, બુદ્ધિ, ઈન્દ્રિયો કરતાં શ્રેષ્ઠ છે, જે દરેક પદાર્થમાં સૂક્ષ્મ રૂપે રહેલા છે. નિરાકાર છે, સમગ્ર સૃષ્ટિની તમામ વસ્તુ તેમના નિયંત્રણમાં છે. આ જે કંઈ દેખાય છે તે તો પરમાત્માના એક અંશ માત્રમાંથી બનેલું છે.

પ્ર–૨ : માણસને ભય લાગવાનું કારણ શું?

ઉત્તર : માણસને ભય લાગવાનું કારણ અજ્ઞાનતા, સ્વાર્થ અને દ્વૈતભાવ છે. જો માણસ જ્ઞાન પામે અને પરમાત્માના અદ્વૈત સ્વરૂપને ઓળખે અને નિઃસ્વાર્થ ભાવે જીવે તો તેને કદી ભય લાગતો નથી.

પ્ર–૩ : દ્વૈત (અનેકત્વ) દેખાય છે તેનું શું કારણ?

ઉત્તર : આ જગતની રચના પરમાત્માએ કરી છે જે બધું જ બ્રહ્મમાંથી જ ઉદ્‌ભવેલું છે. જ્યારે સૃષ્ટિની રચના કરી ત્યારે બ્રહ્મમાંથી જ અનેક વસ્તુઓ બની અને તેમાં વૈવિધ્ય કેળવ્યું જેથી બધાંમાં દ્વૈત દેખાય છે. હકીકતમાં બધું જ

અદ્વૈત છે.

શ્લોક-૫

પ્ર–૧ : જગતની રચના કોણે કરી ? તેનું સંચાલન કોણ કરે છે ?

ઉત્તર : આ જગતની રચના કરનાર બ્રહ્મ (પરમાત્મા) પોતે જ છે અને તેનું સંચાલન પણ પરમાત્મા જ કરે છે. પરમાત્મા સર્વવ્યાપી, સર્વશક્તિમાન, સર્વજ્ઞ, સર્વોપરી છે.

પ્ર–૨ : ભગવાન કયાં છે ? અને શું કરે છે ?

ઉત્તર : ભગવાન આ સૃષ્ટિની રચના કરીને તેની અંદર જ છે. મનુષ્યના શરીરમાં પણ અંતર્યામી તરીકે બેઠેલા છે. પરમાત્મા જ દરેક વ્યક્તિ પાસે કંઈ ને કંઈ કર્મ કરાવતા રહે છે. આપણું શરીર પણ તે જ ચલાવે છે. ભગવાન સર્વવ્યાપી છે. પરમાત્માને ઓળખવા માટે જ્ઞાન જાણવું બહુ જ જરૂરી છે. જે માણસ વિષય વાસનાઓમાં રચ્યો પચ્યો રહે છે તે પરમાત્માને જોઈ શકતો નથી. તેના અસ્તિત્ત્વને જાણી શકતો નથી. જે માણસો તત્ત્વજ્ઞાન જાણી, આત્મિક ભાવમાં જીવે છે તેમનાથી પ્રભુ દૂર નથી.

શ્લોક-૬

પ્ર–૧ : બ્રહ્મ ભૂતોમાં કેવી રીતે વસેલા છે ?

ઉત્તર : બ્રહ્મ સર્વ ભૂતોમાં અંતર્યામી તરીકે વસેલા છે, જેથી સર્વ ભૂતોમાં પ્રભુને જોવા અને પ્રભુમાં સર્વ ભૂતોને જોવા જોઈએ. આવી દૃષ્ટિ જેનામાં વિકસે તેને સર્વત્ર હરિદર્શન થાય છે.

પ્ર–૨ : જ્યારે ભક્ત પ્રભુ સાથે એકતા ધરાવે છે. ત્યારે તે કેવો બની જાય છે?

ઉત્તર : જ્યારે જ્ઞાની ભક્ત પ્રભુ સાથે એકતા ધરાવે છે ત્યારે તે કોઈ પણ વ્યક્તિ સાથે રાગ–દ્વેષ, વેર–ઝેર, ઘૃણા કરતો નથી તે બધા જ સાથે પ્રેમભાવ, મધુરતા, બ્રાતૃભાવ, લાગણી, સેવાભાવ રાખે છે અને ભેદરહિત બની જાય છે. તે કોઈને દુઃખ આપતો નથી. તેનો ભાવ બદલાઈ જાય છે. તેને સર્વત્ર પ્રભુનાં જ દર્શન થાય છે.

જ્યારે વ્યક્તિ પોતાના અંતર્યામી, અંતર આત્માનો સાક્ષાત્કાર કરે છે ત્યારે તે દરેક જીવમાં પરમાત્માનું જ દર્શન કરે છે.

શ્લોક-૭

પ્ર–૧ : ભગવાનની ભક્તિ કરવાથી શું લાભ થાય?

ઉત્તર : સર્વવ્યાપી પરમાત્મા હોવાથી સર્વ પદાર્થમાં પ્રભુ રહેલા છે. તેમની પ્રેમ પૂર્વક, વિશ્વાસ રાખી ભક્તિ કરવાથી મોહ, શોક કે ભય રહિતા નથી અને અહમ્ રહેતો નથી. તેની દૃષ્ટિ ભગવદ્ દૃષ્ટિ બની જાય છે.

પ્ર–૨ : મોહના કારણે શું થાય છે?

ઉત્તર : મોહના કારણે શોક પેદા થાય છે, મોહથી 'હું' એટલે અહંકાર પેદા થાય છે. જેના કારણે પોતે સંકુચિત અને મર્યાદિત બની જાય છે અને દુઃખી થાય છે. જેમાંથી બહાર આવવા માટે જ્ઞાન અને નિષ્કામ કર્મ જરૂરી છે.

પ્ર–૩ : દુઃખ શાના કારણે થાય છે?

ઉત્તર : દુઃખનું કારણ ભય અને દ્વૈતમાં છે. જ્યારે જ્ઞાન થાય છે પછી દ્વૈત રહેતું નથી. પછી મોહ ને ભય નષ્ટ પામે છે. એટલે દુઃખ રહેતું નથી.

પ્ર–૪ : વિશ્વ સતત નવું કેમ દેખાય છે?

ઉત્તર : પરમાત્માની પ્રકૃતિ (પંચમહાભૂત) જે સતત પરિવર્તનશીલ છે, જે જીવાત્મા સાથે મળી વિશ્વ રચે છે, તે સતત બદલાતું રહે છે.

શ્લોક-૮

પ્ર–૧ : મહાપુરુષ કેવા પરમાત્માને પ્રાપ્ત કરે છે?

ઉત્તર : જે પરમ તેજોમય, લિંગ દેહ રહિત, છિદ્ર રહિત, દેહના દોષોથી રહિત, દેહના ગુણોથી સદા અલિપ્ત, દિવ્ય, શુદ્ધ, નિરાકાર, સર્વને જાણનારા, બધાને પોતાના નિયંત્રણમાં રાખનારા, સર્વોપરિ એવા પરમાત્માને મહાપુરુષ પ્રાપ્ત કરે છે.

પ્ર–૨ : પરમાત્માના દર્શન પછી આપણી સ્થિતિ કેવી બને છે?

ઉત્તર : જ્ઞાન વડે પરમાત્માનું સ્વરૂપ સ્પષ્ટ થઈ જાય છે. પછી આપણામાં એટલી શક્તિ આવી જાય છે કે આપણે પરમાત્મા જેવા બની શકીએ છીએ. વિષયો અને વિકારોનો નાશ થઈ જાય છે. આપણને પરમાત્મામાંથી સીધી શક્તિ મળે છે. પછી બીજાં કોઈ પરિબળોની જરૂર રહેતી નથી.

પ્ર–૩ : મનીષી કોને કહેવાય?

ઉત્તર : જે મન પર વિજય મેળવી મનના સ્વામી બની શકે, સતત

મનન, ચિંતન કરવાની ટેવવાળા હોય, જે મનને ખરાબ માર્ગે જતું રોકી, સારા માર્ગે વાળી શકે તેને મનીષી કહેવાય.

પ્ર–૪ : સૃષ્ટિની રચના પરમાત્માએ કેવી રીતે કરી છે?

ઉત્તર : પરમાત્માએ સર્વ પ્રાણીઓને તેમના કર્મ પ્રમાણે ફળ મળે અને સૌ આનંદથી જીવે તેવી સૃષ્ટિની રચના આદિકાળથી કરેલી છે.

શ્લોક–૯

પ્ર–૧ : વિદ્યા અને અવિદ્યા એટલે શું?

ઉત્તર : વિદ્યા એટલે પ્રભુનું જ્ઞાન, પ્રભુના એકરૂપત્વનું જ્ઞાન. જે અંધકારમાંથી પ્રકાશમાં લઈ જાય છે, વિકાસ તરફ લઈ જાય છે. જે પરમાત્મા તરફ લઈ જનારી પરાવિદ્યા છે. તે અમૃત આપે છે. વિદ્યા એટલે પ્રયત્ન કરીને મેળવેલી જાણકારી, જે શાંતિ આપે છે. વિદ્યા બે પ્રકારની છે. અપરા અને પરાવિદ્યા. પરાવિદ્યામાં આત્મજ્ઞાન અને બ્રહ્મજ્ઞાન બંને આવી જાય છે. આ વિદ્યા આધ્યાત્મિક જ્ઞાન આપે છે.

જ્યારે અવિદ્યા એટલે ભૌતિક જ્ઞાન બહુત્ત્વનું જ્ઞાન. ફકત અવિદ્યાથી જીવનમાં ભૌતિક સુખો મેળવી શકાય છે. પરંતુ જીવનમાં સાચી શાંતિ નથી મળતી. અવિદ્યા જીવનમાં સુખ, સમૃદ્ધિ આપનારી છે. અવિદ્યા અંધકાર છે. જેમાં વિદ્યાનો અભાવ હોય છે. અવિદ્યામાં ફકત ભૌતિક જીવનને લગતું જ જ્ઞાન આવે છે.

પ્ર–૨ : ફકત વિદ્યા કે ફકત અવિદ્યાનું ફળ શું છે?

ઉત્તર : ફકત અવિદ્યાને કારણે માણસ અજ્ઞાનતામાં જીવે છે. એટલે

કે ભૌતિક વિષયના જ્ઞાન દ્વારા જીવન જરૂરિયાતની વસ્તુઓ મેળવી જીવન જીવી શકે છે. જ્યારે ફક્ત વિદ્યામાં જીવનારાએ પોતાને જીવવા માટે જરૂરી શ્રમ સાધન માટે બીજાપર આધાર રાખવો પડે છે. એકલી સાધનામાં જ રચ્યો પચ્યો રહેનારનો આહાર, કપડાં કે દવા વગર દેહ નહીં સચવાય અને સાધના માટે દેહ જરૂરી છે. જેથી ફક્ત વિદ્યામાં રહેનાર અવિદ્યા કરતાં પણ ઘોર અંધકારમાં જાય છે અને સાધના અધૂરી રહી જાય છે.

પ્ર–૩ : વિદ્યા અને અવિદ્યાનો સમન્વય કેમ જરૂરી છે?

ઉત્તર : ફક્ત અવિદ્યામાં જીવનાર જ્ઞાન વગર અધૂરો છે અને અંધકારમાં જીવે છે. જ્યારે ફક્ત વિદ્યામાં જીવનાર ભૌતિક જરૂરિયાતો વગર સાધના કરી નથી શકતો. માટે જ વિદ્યા અને અવિદ્યાનો સમન્વય બહુજ જરૂરી છે. જેનો વિવેકપૂર્વક ઉપયોગ કરવો જોઇએ. આ બંને વિદ્યા સારી જ છે અને એક બીજાની પૂરક છે.

શ્લોક-૧૦

પ્ર–૧ : જ્ઞાની પુરુષોએ વિદ્યા અને અવિદ્યાને કેવી રીતે સમજાવી છે?

ઉત્તર : જ્ઞાની પુરુષો વિદ્યા અને અવિદ્યાને જુદી રીતે સમજાવે છે. વિદ્યા એટલે સારી અને અવિદ્યા એટલે ખરાબ તેમ નથી. બંને પોતાના ક્ષેત્રોમાં ઉપયોગી છે. અવિદ્યા એ વિદ્યા જેવી જ હકારાત્મક જીવન ઉપયોગી પ્રવૃત્તિ છે. જેમાં ફળ મળશે, પરંતુ શાંતિ નહીં મળે, ફક્ત અહંકાર જ સંતોષાશે.

જો વિદ્યાની સાથે અવિદ્યાનો ઉપયોગ વિવેકપૂર્વક કરવામાં આવે તો ઉત્તમ પરિણામ મળે છે. માણસને સાધના માટે પણ સારા વાતાવરણની જરૂર છે. જે માટે સંસાધનો જરૂરી છે. ફકત વિદ્યામાં રત રહેનાર માણસ ભૂખે-તરસે રહી મૃત્યુને પામે છે. આ બંને વિદ્યા એકાંગી હોય તો અધૂરી છે, (ઊણપ ધરાવે છે), માટે જ વિદ્યા અને અવિદ્યાનો સમન્વય જરૂરી છે. સાથે આત્મતત્ત્વને રાખી જીવન જીવે તો અવિદ્યાથી મૃત્યુને તરી જાય અને વિદ્યાથી અમૃતને પામે છે.

શ્લોક-૧૧

પ્ર–૧   : મૃત્યુનું રહસ્ય શું છે?

ઉત્તર   : મૃત્યુનું રહસ્ય જાણવા માટે વિદ્યા જાણવી બહુ જ જરૂરી છે. જ્યારે મૃત્યુને દૂર રાખવા માટે અવિદ્યા જરૂરી છે.

જન્મ થયો એટલે મૃત્યુ તો નક્કી જ છે, મૃત્યુ તો ફકત દેહનું થાય છે. આત્માનું થતું નથી, તે તો અજર, અમર, અવિનાશી છે. તે મૃત્યુબાદ બીજો દેહ ધારણ કરે છે. જ્યારે જ્ઞાન થાય છે પછી પોતાના સાચા સ્વરૂપનો ખ્યાલ આવે છે. ત્યારે મૃત્યુનો ભય દૂર થઈ જાય છે. આમ બંને વિદ્યાનો સમન્વય કરી જીવવાથી આનંદ અને સુખ પામી પરમતત્ત્વને અનુભવી શકે છે.

શ્લોક-૧૨

પ્ર–૧   : સંભૂતિ અને અસંભૂતિ એટલે શું?

ઉત્તર   : સંભૂતિ અને અસંભૂતિ બંને પરમાત્માનાં સ્વરૂપો છે.

સંભૂતિ એટલે પરમાત્માનું વ્યક્ત સ્વરૂપ, બ્રહ્મનું કાર્યબ્રહ્મ સ્વરૂપ જે પરમાત્માના મૂળ સ્વરૂપમાંથી ઉત્પન્ન થયેલું છે, જેમાં જન્મ સંભવ છે. જેને જગત કહે છે. અસંભૂતિ એટલે પરમાત્માનું અવ્યક્ત સ્વરૂપ જેને પરબ્રહ્મ પરમાત્મા પણ કહે છે. જે બ્રહ્મનું મૂળ સ્વરૂપ છે. તે અજન્મા, નિરાકાર સ્વરૂપ છે. જેની ઉત્પત્તિ થતી નથી.

પ્ર–૨   : સંભૂતિની ઓળખ ?

ઉત્તર   : પરમાત્માના કાર્યબ્રહ્મમાંથી ઉત્પન્ન થયેલ જગત, જે પ્રકૃતિની અંદર રહેલો આત્મા આવિર્ભાવ પામે છે. જીવનમાં જન્મ, આરંભ, વિકાસ, નિર્માણ હોય છે જે પરમાત્માનું સાકાર સ્વરૂપ છે. તેને સંભૂતિ કહે છે.

પ્ર–૩   : અસંભૂતિની ઓળખ ?

ઉત્તર   : પરબ્રહ્મ પરમાત્માનું અવ્યક્ત નિરાકાર સ્વરૂપ છે, જે પ્રકૃતિ બહાર રહેલો આત્મા, જે આવિર્ભાવ નથી પામતો. તેના જીવનમાં આરંભ, જન્મ કે અંત નથી હોતો. પરમાત્માની ઉત્પત્તિ કશામાંથી થયેલી નથી, અસંભવ છે. જેથી તે અસંભૂતિ કહેવાય છે.

પ્ર–૪   : સંભૂતિ કે અસંભૂતિમાંથી ઉપાસના કોની કરવી ?

ઉત્તર   : આ બંને પ્રકૃતિ પરમાત્માની જ છે. જેઓ ફક્ત અસંભૂતિ એટલે કે અવ્યક્ત પ્રકૃતિની જ ઉપાસના કરે છે તે ગાઢ અંધકારમાં પ્રવેશે છે અને જેઓ ફક્ત સંભૂતિ એટલે વ્યક્ત (કાર્યબ્રહ્મ) ની જ ઉપાસના કરે છે તેઓ એમના કરતાં પણ વધુ અંધકારમાં પ્રવેશ કરે છે. હકીકતમાં આ

બંને પ્રકૃતિ અલગ અલગ અને શ્રેષ્ઠ છે, પરંતુ જો બંનેનો સમન્વય કરી ઉપયોગ કરવામાં આવે તો ઉત્તમ પરિણામ મળે છે.

જેઓ ફક્ત પરમાત્માના નિરાકાર સ્વરૂપની એટલે અસંભૂતિની જ ઉપાસના કરે છે અને પરમાત્માના સાકાર સ્વરૂપ સંભૂતિની ઉપેક્ષા કરે છે તેઓ અંધકારમાં જાય છે. જેઓ શારીરની કાળજી માટે જરૂરી વસ્તુઓ વગર મૃત્યુને પામે છે અને તેમની સાધના અધૂરી રહી જાય છે તેઓ અંધકારમાં જાય છે અને શ્રેષ્ઠ જીવન જીવી શકતા નથી.

જ્યારે જે લોકો પરમાત્માના સાકાર સ્વરૂપ સંભૂતિમાં જ રચ્યા પચ્યા રહે છે અને પરમાત્માના નિરાકાર સ્વરૂપની અસંભૂતિની ઉપેક્ષા કરે છે, તેઓ જાણતા નથી કે સાકાર સ્વરૂપનું મૂળ નિરાકાર સ્વરૂપમાં છે. જેથી તેઓ શ્રેષ્ઠ જીવન જીવી શકતા નથી. તેઓ જન્મ–મરણના ચક્કરમાં ભમ્યા કરે છે અને ધ્યેય પ્રાપ્ત કરી શકતા નથી.

શ્લોક-૧૩

પ્ર–૧   : સંભૂતિ અને અસંભૂતિથી મળતાં ફળ કેવાં છે?

ઉત્તર   : સંભૂતિ અને અસંભૂતિ વડે મળતાં ફળ અલગ અલગ છે તેવું જ્ઞાની પુરુષો કહી ગયા છે. તેમની અલગ અલગ ઉપાસના કરવાથી કોઈ નુકસાન નથી. બંને પોતાની રીતે ઉત્તમ છે. પરંતુ તેમાંથી કોઈ એક જ હોય ત્યારે કંઈક ઊણપ ધરાવે છે. આ બંને સાથે રહી કાર્ય કરે છે ત્યારે ઉત્તમ પરિણામ જોવા મળે છે.

એક માત્ર સમૃદ્ધિ કે સત્તા ભોગવનાર માણસ કદી સુખી નથી હોતો. તેમજ એકલી ભક્તિ કે ઉપાસના કરનાર પણ સુખી નથી હોતો. પરંતુ બંનેનો સમન્વય વિવેક પૂર્વક કરવાથી લાભ થાય છે.

શ્લોક-૧૪

પ્ર-૧ : સંભૂતિ વડે અમૃત તત્ત્વને કેવી રીતે પામી શકાય?

ઉત્તર : એક માત્ર અસંભૂતિની ઉપાસના કરનાર મૃત્યુને તરી જાય છે પરંતુ અસંભૂતિની સાથે સંભૂતિની ઉપાસના કરતાં સંભૂતિ ધીમે ધીમે પ્રગતિ કરતી જાય છે અને આત્મતત્ત્વની સાથે પ્રગતિ કરી આ જન્મમાં જ અમૃતને પામે છે.

પ્ર-૨ : સાચા ધ્યેયને સિદ્ધ કરવા જીવન કેવું હોવું જોઈએ?

ઉત્તર : ધ્યેયને સિદ્ધ કરવા સંસારમાં રહી વિવેકપૂર્વક સંભૂતિ અને અસંભૂતિનો સમન્વય જરૂરી છે. કેવળ કષ્ટ, દમન કે ભૂખ્યા રહી સાધના ન થાય. તેમજ કેવળ સમૃદ્ધિ, ભોગ, વૈભવ પણ સફળતા નહીં અપાવી શકે. માટે બંનેનો સમન્વય જ જીવન ઉત્તમ બનાવી શકે છે.

અસંભૂતિ વડે અહમનો નાશ કરી, આસક્તિથી પર થઈ, ત્યાગભાવ વડે પરમાત્મા સાથે એકરૂપતા સાધી અમૃતને પામે છે અને દિવ્યજીવન પ્રાપ્ત કરે છે. સંભૂતિ અને અસંભૂતિના સમન્વયથી વિકાસ કરી હેતુ સિદ્ધ થાય છે.

શ્લોક-૧૫

પ્ર–૧   : સત્યનું મુખ સુવર્ણમય પાત્રથી ઢંકાયેલું છે એટલે શું?

ઉત્તર   : સાધક અને પરમાત્માની વચ્ચે મોહ, માયા, ભોગ, ધન, લોભનું માયાવી આવરણ એવું પથરાયેલું છે કે જ્યારે સાધક ગમે તેટલી ભક્તિ કરી અંતે પ્રભુના દર્શન કરવાના હોય છે ત્યારે આ માયાવી રૂપો તેને મોહમાં નાખે છે, જેના કારણે મોહગ્રસ્ત વ્યક્તિ પરમાત્મા સામે હોવા છતાં તેનું સાચું સ્વરૂપ જોઈ શકતો નથી. આ માયાવી આવરણ તે જ સુવર્ણમય પાત્ર કહ્યું છે. જ્યારે આ માયાવી આવરણના અવરોધો દૂર થઈ જાય છે ત્યારે પરમાત્માનો તેજોમય પ્રકાશ દેખાય છે.

શ્લોક-૧૬

પ્ર–૧   : ભક્ત પરમાત્માને કેમ જોઈ શકતો નથી?

ઉત્તર   : પરમાત્મા ચારે બાજુ હોવા છતાં અજ્ઞાનતા, મોહ, માયામાં અંધ હોવાને કારણે ભક્ત પરમાત્માને જોઈ શકતો નથી. કલ્યાણકારી પરમાત્માને ઓળખવા જન્મો જન્મ પ્રયત્ન કરવા છતાં જ્યાં સુધી અજ્ઞાન દૂર ન થાય ત્યાં સુધી પરમાત્માનાં દર્શન થતાં નથી. પરંતુ જ્યારે અજ્ઞાન દૂર થાય છે ત્યારે પરમાત્માનું તેજોમય સ્વરૂપ દેખાય છે. ત્યારે ખ્યાલ આવે છે કે આ તો હું જ છું. કારણ કે આપણું મૂળ સ્વરૂપ આત્મા છે તે પરમાત્માનો જ અંશ છે. આમ જ્યારે દ્વૈત દૂર થાય છે ત્યારે જ ખ્યાલ આવે છે કે પરમાત્મામાં અને મારામાં કોઈ ફર્ક નથી, બંને એક જ છીએ.

શ્લોક-૧૭

પ્ર–૧   : આત્મા શરીર ક્યારે અને કેવી રીતે બદલે છે?

ઉત્તર   : આ માનવ શરીર પંચમહાભૂતનું બનેલું છે, જે વર્ષો બાદ જર્જરિત કે અશક્ત બની જાય છે, તે સેવા કરવા માટે યોગ્ય રહેતું નથી. તેથી આત્મા જે અજર, અમર અવિનાશી છે તે આ શરીર છોડી બીજા શરીરને ધારણ કરે છે. પછી જર્જરિત શરીરને બાળીને ભસ્મ કરી દેખવામાં અથવા દાટી દેવામાં આવે છે. પછી દેહ પંચમહાભૂતમાં વિલીન થઈ જાય છે.

પ્ર–૨   : દેહભાવ ક્યારે નાશ પામે છે?

ઉત્તર   : દેહ પંચમહાભૂતનો બનેલો છે જે નાશવંત છે. એટલે કે જન્મ થયો એનું મૃત્યુ નક્કી જ છે. પરંતુ દેહભાવના કારણે મોહ રહે છે. જ્યારે સત્ય સમજાય છે ત્યારે દેહભાવ છૂટી જાય છે અને બ્રહ્મભાવ સમજાય છે ત્યારે આત્માની ઓળખ થાય છે.

પ્ર–૩   : મનુષ્યે મૃત્યુ સમયે કેવા વિચારો કરવા જોઈએ?

ઉત્તર   : મૃત્યુ સમયે નકારાત્મક કે આસક્તિ ભર્યા વિચારોમાં ન રહેવું જોઈએ. સાંસારિક કે હલકા વિચારો છોડી, પુણ્યના વિચારો કરવા જોઈએ. કરેલાં કર્મોનું સરવૈયું કાઢી સત્ કર્મોના વિચારો કરવા જોઈએ. પરમાત્માની યાદમાં રહી અંત સમયે ૐ કે પરમાત્માનું રટણ કરવું જોઈએ. દેહભાવને બદલે આત્મભાવમાં રહેવાથી અને સારા સંકલ્પોનું સ્મરણ કરવાથી આ જીવન સુધરે છે અને નવા જન્મ પર અંત સમયના વિચારોની અસર પડે છે. એટલે

અંત સમયે કરેલાં સત્કર્મોનું સતત સ્મરણ કરવું જોઈએ.

શ્લોક-૧૮

પ્ર–૧ : શ્રેષ્ઠ જીવન માટે ભક્ત પ્રભુને કેવી પ્રાર્થના કરે છે ?

ઉત્તર : ભક્તે પોતાનાં કરેલાં કર્મોમાં ભૂલ થઈ હોય અને તે માર્ગમાં નડતું હોય તો અગ્નિ દેવને પ્રાર્થના કરવી જોઈએ હે અગ્નિ દેવ, મારાં કર્મોને માફ કરો. જ્ઞાન દ્વારા અમને સદ્‌માર્ગે વાળી સારાં કર્મો કરાવો અને પ્રગતિ તરફ લઈ જાઓ અને મારું જીવન શ્રેષ્ઠ બનાવો. હું તમને પ્રાર્થના કરું છું, નમસ્કાર કરું છું.

તમે જ્ઞાની છો, સર્વોપરી છો તો અમારા પર કૃપા કરી અમારા અજ્ઞાનને દૂર કરી પરમના માર્ગે લઈ જાઓ. અમને પવિત્ર, શુદ્ધ, અહંકાર રહિત અને પાપ ન કરીએ તેવા બનાવો અને સદ્‌બુદ્ધિ આપો તેવી નમ્ર વિનંતી અને પ્રાર્થના છે.

*****

આ ઉપનિષદનો વ્યાવહારિક જીવનમાં બોધ-ઉદાહરણ રૂપે

આ ઉપનિષદ બધા જ ઉપનિષદોમાં શ્રેષ્ઠ ગણાય છે. એમ કહેવાય છે કે બધા ઉપનિષદોનો નાશ થાય અને આ એક જ ઉપનિષદ બચી જાય તો પણ માનવ જાતનું કલ્યાણ થઈ જાય એટલું આ ઉપનિષદનું મહત્ત્વ છે.

આ ઉપનિષદ પરમાત્માનું સ્વરૂપ અને પરમાત્મા સર્વવ્યાપી છે તેમજ આ બધું જ પરમાત્માનું છે તેમ સમજાવે છે. આ સુંદર જગત પણ પરમાત્માને વાસ કરવા માટે જ છે, જેથી ભૌતિક સંપત્તિના માલિક બનવાને બદલે તેનો જરૂર પૂરતો ઉપયોગ કરીએ અને બાકીની સંપત્તિ પરમાત્માના કાર્યમાં ઉપયોગ કરવી જોઇએ.

પરમાત્મા સર્વવ્યાપી છે, કણ કણમાં પરમાત્મા રહેલા છે, જેથી જે કંઈ દેખાય છે તે બધામાં પરમાત્મા રહેલા છે તેવો ભાવ હોવો જોઇએ. માટે સર્વભૂતોમાં પરમાત્માને અને પરમાત્મામાં સર્વ ભૂતોને જોવા જોઇએ. આ પરમાત્માને આપણી અંદર રહેલા અંતર્યામી તરીકે ઓળખવા જોઇએ, તે જ પરમાત્મા છે. આપણી અંદર રહેલો આત્મા પણ પરમાત્માનો અંશ છે એટલે આપણે જ પરમાત્મા છીએ. આ માટે કર્મ, જ્ઞાન અને વિદ્યા વડે પરમાત્મા જેવા બનવાનું આ ઉપનિષદ શીખવે છે. આ ઉપનિશષદને વ્યાવહારિક જીવનમાં ઉદાહરણ દ્વારા સમજીએ.

(૧)   ભક્ત પ્રહ્લાદ પ્રભુનો ભક્ત હતો. તેને પરમાત્મા પર સંપૂર્ણ વિશ્વાસ હતો, જ્યારે તેનો પિતા હિરણ્યકશ્યપ આસુરી ગુણો ધરાવતો હતો. તેણે પ્રહ્લાદને મારવા માટે પોતાની તમામ આસુરી શક્તિઓનો ઉપયોગ કર્યો પરંતુ ભક્ત પ્રહ્લાદને

પરમાત્માનું રક્ષણ હતું તેથી તેને કંઈજ થયું નહીં. માટે પરમાત્માના શરણે જઈ તેમના પર વિશ્વાસ રાખી જીવવાથી પરમાત્મા દરેકનું રક્ષણ કરે છે.

(૨) **પર્યાવરણ :** આજના આધુનિક યુગમાં લોકો માત્ર વૈભવી જીવન જીવવા માટે વાતાવરણ પ્રદૂષિત કરે છે, જંગલોનો નાશ કરે છે, પાણી ગંદું કરે છે, જેના પરિણામે કુદરત તેને પાઠ ભણાવે છે અને ગ્લોબલ વૉર્મિંગ, ધરતીકંપ, અતિવૃષ્ટિ, હિમપાત, અતિગરમી જેવા અનેક અનુભવો કરાવે છે, જેને કુદરતી પ્રકોપ કહેવામાં આવે છે. તે પર્યાવરણ પર થતી અસરોના પરિણામ રૂપે છે, જે આપણે અનુભવી રહ્યા છીએ.

(૩) **વૈભવી જીવનનું પરિણામ :** આજે આપણે જોઈ રહ્યા છીએ કે દરેક માણસ વૈભવી જીવન જીવવા માટે અઢળક સંપત્તિ એકઠી કરી બધી જ સંપત્તિનો માલિક હું જ બની જઉં અને વૈભવી જીવન આનંદ મોજથી જીવું તેમ વિચારે છે. પરંતુ આ બધું ભગવાનનું છે. તેનો દુર ઉપયોગ ન કરાય, જરૂર પૂરતો જ ઉપયોગ કરાય, તેમ વિચારવું શ્રેષ્ઠ છે.

આનું પરિણામ આપણે જોઈ રહ્યા છીએ કે વૈભવી જીવન જીવવાવાળાના છોકરા–છોકરીઓમાં કેટલાક વ્યભિચારી, ચારિત્રહીન, દારુ, જુગાર, ક્લબો વગેરમાં રચ્યા પચ્યા રહે છે, દુઃખી હોય છે. સાચો આનંદ અને શાંતિ પામી શકતા નથી. જ્યારે સંસ્કારી કુટુંબમાં કે આશ્રમમાં ઉછરેલા વિદ્યાર્થીનાં જીવન જોઈએ તો તેઓ શ્રમ વધુ કરે છે અને જીવન જરૂરિયાત પૂરતો જ સંપત્તિનો ઉપયોગ કરે છે. વધ્ધારાની

સંપત્તિ સેવામાં સમર્પિત કરી જીવનમાં સાચો આનંદ અને શાંતિ પામે છે.

(૪) સામાન્ય રીતે બધા માણસો કર્મ કરતા હોય છે, પરંતુ તેઓ સકામ કર્મ કરતા હોય છે. તેમને કર્મના ફળની આશા હોય છે. જેથી તે કર્મના બંધનમાં આવે છે.

જ્યારે યોગી પુરુષ, સંત કે જ્ઞાની કોઈપણ કાર્ય કરશે ત્યારે તે કોઈપણ ફળની આશા વગર કે કોઈ પણ વળતરની ઇચ્છા વગર બીજાના કલ્યાણ માટે નિઃસ્વાર્થ ભાવથી કર્મ કરે છે, તેથી તે કર્મના બંધનામાં આવતા નથી.

(૫) **અસુર :** અસુર લોકો કોઈપણ કાર્ય કરે છે ત્યારે તેનાં પરિણામ શું આવશે, તે યોગ્ય છે કે નહીં, બીજાને નુકસાન થશે કે દુઃખ થશે તે વિચાર્યા વગર ખોટાં કર્મ કરે છે. જેમ કે આતંકવાદી, ચોર, ગુંડા, ડાકુ વગેરે. તે કુદરતના ગુનેગાર બને છે અને શાંતિથી જીવી શકતા નથી. તો જીવનમાં કોઈ પણ કાર્ય કરતાં પહેલાં પોતાની જાતને પૂછવું જોઈએ અને પરમાત્માને યાદ કરવા જોઈએ. તેમજ આપણી અંદર રહેલા આસુરી ગુણોને ત્યજી દેવા જોઈએ. આ માટે પરમાત્મા પર વિશ્વાસ અને શ્રદ્ધા રાખવી જોઈએ અને ભક્તિ કરવી જોઈએ. જે અંતરઆત્માનો અવાજ સાંભળે છે તે કોઈને દુઃખી નથી કરતા.

(૬) **જ્ઞાનનો પ્રભાવ :** આપણે જ્ઞાની અને અજ્ઞાની માણસમાં ભેદ જોઈ શકીએ છીએ, જ્ઞાન એ શ્રેષ્ઠ છે. જ્ઞાન વડે આપણે આપણા જીવનમાં પરિવર્તન લાવી શકીએ છીએ. માટે જ્ઞાન

અને ધ્યાન વડે જીવનને ઉન્નતિના માર્ગે લઈ જવું જોઇએ. આપણે જાણીએ છીએ કે, વાલિયો ડાકુ હતો પણ તેને જ્યારે જ્ઞાન થયું અને પરમાત્માને ઓળખી ગયો પછી તેણે પોતાનું જીવન પરિવર્તન કરી તેઓ વાલ્મિકી ઋષિ બન્યા હતા.

(૭) ભગવાન સર્વવ્યાપક છે, સર્વમાં રહેલા છે, કણકણમાં વ્યાપ્ત છે. આટલું જાણ્યા પછી બધું પરમાત્માનું છે તેવું સમજી જે પુરુષ જ્ઞાનપૂર્વક કોઈપણ કર્મ કરે છે તે કદી ખોટું કરતો નથી.

આપણે અનેક માણસોના કે સંત, મહાપુરુષોના જીવનમાં જોયું છે કે તેઓ લોક કલ્યાણના કાર્યોમાં પોતાની તમામ સંપત્તિનો ઉપયોગ કરી નાખે છે. પોતાની જાતનો વિચાર કરતા નથી. તેઓ શાંતિ અને આનંદથી જીવતા હોય છે.

(૮) **દ્વૈત-અદ્વૈત : (એકત્વ-અનેકત્વ)** : આપણને બધું અલગ અલગ દેખાય છે કારણ કે આપણી દૃષ્ટિમાં ભેદ છે, જેમકે ઘઉં, આટો, રોટલી આ બધું જ અલગ અલગ દેખાય છે પરંતુ હકીકતમાં એ બધું જ ઘઉં છે તેમ વિચારીએ ત્યારે ભેદ રહેતો નથી. તો આ તમામ વસ્તુઓ જે અલગ અલગ (દ્વૈત) દેખાય છે તે બધું જ પરમાત્મા છે. આમ બધું એકજ છે તેમ વિચારીએ તો કોઈ ભેદ રહેતો નથી. પછી બધું એકજ (અદ્વૈત) દેખાય છે.

(૯) **પંચમહાભૂત :** પંચમહાભૂત એ પરમાત્માની પ્રકૃતિ છે, જે સતત બદલાતી રહે છે. તેથી વિશ્વ રોજે રોજ નવું દેખાય છે. આપણે જોઇએ છીએ કે બાળક, વૃક્ષ, પ્રાણી બધાં જ રોજે રોજ વૃદ્ધિ પામતાં હોય છે. ઋતુઓ બદલાય છે, દિવસ-રાત

થાય છે. આ બધું જ પરમાત્માની પ્રકૃતિ પર આધાર રાખે છે. જેથી પરમાત્મા આ બધું કરી રહ્યા છે. તેમના પર શ્રદ્ધા અને વિશ્વાસ રાખવાં જોઈએ.

(૧૦) પરમાત્મા પર વિશ્વાસ રાખી, જે તેમના નિયમો પ્રમાણે જીવન જીવે છે તેમનાં વાણી, વર્તન, કર્મ શ્રેષ્ઠ હોય છે. જેમકે નરસિંહ મહેતા, મીરાંબાઈ, સ્વામી વિવેકાનંદ. તો આપણે પરમાત્મામાં વિશ્વાસ રાખવો જોઈએ. તો જ આપણું જીવન શ્રેષ્ઠ બને.

(૧૧) કેટલાક માણસો ફક્ત વિધામાં રચ્યા પચ્યા રહે છે. જ્યારે કેટલાક ફક્ત અવિધામાં રચ્યા પચ્યા રહે છે. ત્યારે બંનેના જીવન બગડે છે. જેમકે કોઈ જ્ઞાની–સંન્યાસી માત્ર વિધા પાછળ જ વ્યસ્ત રહે પરંતુ તેની બીજી જરૂરિયાત – રોટી, કપડાં, મકાનનો વિચાર ન ક્રે તો તે ભૂખે મરે છે કે માંદો પડે છે. અંતે સાધના અધૂરી રહી જાય છે. તેવી જ રીતે જે ફક્ત અવિધામાં જ રચ્યો પચ્યો રહે છે તે સુખેથી જીવન જીવે છે પરંતુ સાચી શાંતિ અને આનંદ પામી શકતો નથી. માટે જ આ બંનેનો સમન્વય જરૂરી છે. બંને ઉપયોગી છે. તો જીવનમાં આ બંનેનું મહત્ત્વ સરખું જ છે, તેમ વિચારી બંનેનો સમન્વય કરી જીવવાથી સફળતા મળે છે.

(૧૨) **સંભૂતિ-અસંભૂતિ:**

સંભૂતિ એટલે પરમાત્માનું સાકાર સ્વરૂપ–જન્મ

અસંભૂતિ એટલે પરમાત્માનું નિરાકાર સ્વરૂપ–અજન્મા

પરમાત્માના સાકાર અને નિરાકાર બંને સ્વરૂપને સમજવા

જોઈએ. સાકારનું મૂળ નિરાકારમાં છે, જેથી બંને રૂપને જાણી તેનો સમન્વય કરવો જોઈએ. તો જ જીવન સફળ થાય છે.

(૧૩) મનુષ્યને પરમાત્મા કેમ દેખાતા નથી ? કારણકે મનુષ્ય અને પરમાત્મા વચ્ચે માયાવી સ્તર છે, જેના કારણે પરમાત્મા દેખાતા નથી. પરંતુ જ્ઞાન વડે જે સાધક કે યોગી માયાને જાણી જાય છે તેઓ માયામાં આવતા નથી અને તેઓ પરમાત્માના મૂળ સ્વરૂપને જાણી પરબ્રહ્મ પરમાત્માની ભક્તિ કરે છે. તે માયાથી પર થઈ જાય છે. તેમનાં મન અને આત્મા શુદ્ધ હોય છે. જેથી તેઓ પરમાત્માનો સાક્ષાત્કાર કરી શકે છે.

(૧૪) આપણું શરીર પંચમહાભૂત, અંતઃકરણ અને આત્મા વડે બનેલું છે, જેમાં આત્મા ચૈતન્ય છે. જે આપણા શરીરને હલન–ચલન કરાવે છે. જ્યારે આત્મા નીકળી જાય છે ત્યારે શરીર નિષ્ક્રિય થઈ જાય છે. જેને આપણો મૃત્યુ કહીએ છીએ. પછી તે દેહને બાળી નાખીએ છીએ. તો આત્મા અને દેહ અલગ છે તેમ સમજવું જોઈએ. આત્મા તો અજર, અમર, અવિનાશી છે, જે દેહ બદલે છે. જીવનનું આ સત્ય છે, તેને જે સમજે છે તેને મૃત્યુનો ભય રહેતો નથી.

(૧૫) સામાન્ય માણસ મૃત્યુ સમયે મોહ અને વાસનાઓમાં જીવતો હોય છે, જેથી અંત સમયે પત્ની, બાળકો, સંપત્તિની ચિંતા કરતો હોય છે. તેથી તેનો જીવ ભમે છે અને નર્કને પામે છે તથા જન્મ–મરણના ચક્કરમાં ભમ્યા કરે છે. જ્યારે સંત પુરુષ અંત સમયે પરમાત્માના કે ૐ ના ચિંતનમાં હોય છે, જે સિદ્ધ થઈ બ્રહ્મલીન થઈ જાય છે અને પરબ્રહ્મ પરમાત્માને

પામે છે. તેવા જીવો ફરી જન્મ લેતા નથી. તો અંત સમયનું ચિંતન પ્રભુમય હોવું જોઈએ.